AF664878

റാബിയ അൽ ബസ്രി

ആത്മീയാകാശത്തിലെ ഒറ്റനക്ഷത്രം

rabia al basri
athmeeyakashathile ottanakshathram

•

translation
dr. m p salila

•

first edition
august 2015

•

typesetting & published
chintha publishers, thiruvananthapuram

•

printed at
Repro India Ltd, Mumbai.

•

cover
midas

•

price
rupees seventy five only

വിതരണം

ദേശാഭിമാനി ബുക്ക് ഹൗസ്
H O തിരുവനന്തപുരം-695 035
phone: 0471-2303026, 6063026
www.chinthapublishers.com
chinthapublishers@gmail.com

ബ്രാഞ്ചുകൾ

ഹെഡ്ഡാഫീസ് ബ്രാഞ്ച് കുന്നുകുഴി • സ്റ്റാച്യു തിരുവനന്തപുരം • കെ എസ് ആർ ടി സി ബസ് സ്റ്റേഷൻ ആലപ്പുഴ • കെ എസ് ആർ ടി സി ബസ് സ്റ്റേഷൻ എറണാകുളം • ചിറ്റൂർ റോഡ് എറണാകുളം • മച്ചിങ്ങൽ ലെയ്ൻ തൃശൂർ • ഐ ജി റോഡ് കോഴിക്കോട് • മാവൂർ റോഡ് കോഴിക്കോട് • എൻ ജി ഒ യൂണിയൻ ബിൽഡിങ് കണ്ണൂർ • സെൻട്രൽ ബസ് ടെർമിനൽ കോംപ്ലക്സ് താവക്കര കണ്ണൂർ

CO - 2235 / 3709

റാബിയ അൽ ബസ്രി

ആത്മീയാകാശത്തിലെ ഒറ്റനക്ഷത്രം

പരിഭാഷ

ഡോ. എം പി സലില

ചിന്ത പബ്ലിഷേഴ്സ്
തിരുവനന്തപുരം-695 035
വില : ₹ 75

ഡോ. എം പി സലില

എറണാകുളം ജില്ലയിൽ അരയങ്കാവിൽ മുല്ലപ്പിള്ളി മനയ്ക്കൽ പരമേശ്വരൻ നമ്പൂതിരി (മുല്ലൻ)യുടെയും സാവിത്രി അന്തർജ്ജനത്തിന്റെയും മകൾ. ഹോമിയോ ഡോക്ടർ. ആനുകാലികങ്ങളിൽ എഴുതാറുണ്ട്.

പ്രധാന കൃതികൾ: *കണ്ണാടി ബിംബങ്ങൾ, റൂമിയുടെ 101 പ്രണയഗീതങ്ങൾ, എനിക്കു പറയാനുള്ളത്, ഒരവധിക്കാലത്ത്.*

വിലാസം : മുല്ലപ്പിള്ളി മന,
കുലയറ്റിക്കര പി ഒ
എറണാകുളം 682 315
ഫോൺ : 9447391468
Email : salila.mp@gmail.com

ഉള്ളടക്കം

പ്രണയത്തിന് മറ്റൊന്നിനോടും കടപ്പാടില്ല, ഉള്ളത് പ്രണയത്തോടുമാത്രം. ഒരു പ്രണയി തന്റെ ആത്മാവിനെ മറ്റൊന്നിൽ തിരിച്ചറിയുന്നു. അതിൽ ലയിക്കാൻ വെമ്പൽ കൊള്ളുന്നു, തമ്മിൽ ലയിച്ചുകഴിഞ്ഞാൽ പിന്നെ അതൊരൊഴുക്കാണ്. രണ്ടു കൈത്തോടുകൾ ഒന്നിച്ചു ചേർന്ന് ഒരു പുഴയാകുന്നതുപോലെ. ഞാനും നീയുമെന്ന വേർതിരിവുകളില്ലാത്ത ഒഴുക്ക്. അവിടെ വിഹ്വലതകളില്ല, പരിഭവമില്ല, വേദനകളില്ല, സംസാരം പോലുമാവശ്യമില്ല. ഒന്നാകലിന്റെ പരമാനന്ദം മാത്രം. ഇതു തന്നെയാണ് ഒരു സൂഫിയിലും സംഭവിക്കുന്നത്. സൂഫി തന്റെ ആത്മാവിനെ പരാശക്തിയിൽ ദർശിക്കുന്നു, അതിൽ ലയിച്ചടങ്ങാൻ ആഗ്രഹിക്കുകയും...

അതിലേക്കുള്ള സഞ്ചാരമാണ് സൂഫിയുടെ ജീവിതം.

പ്രസാധകക്കുറിപ്പ്

സൂഫിസത്തിന്റെ പ്രകാശം കാലദേശങ്ങളെ ഭേദിച്ച് പ്രസരിക്കുന്നതെന്ത് എന്നു അത്ഭുതം കൂറുന്ന ഒരാൾക്ക് മുമ്പിൽ ഇടിവീഴും യാഥാർത്ഥ്യമായി വന്നുപെടുകയാണ് റാബിയ അൽ ബസ്രി. ഇറാഖിലെ ബസ്രയിൽ എട്ടാം നൂറ്റാണ്ടിൽ ജീവിച്ച സൂഫിവനിതയാണ് റാബിയ അൽ ബസ്രി. അസാധാരണമായ ഒരു ജീവിതമായിരുന്നു റാബിയയുടേത്. ചിമിഴിലൊതുക്കാവുന്ന നീതിസാരകഥകളും ഭാവസാന്ദ്രമായ പ്രണയഗീതങ്ങളും തലമുറകൾ പിന്നിട്ട് ഭൂഖണ്ഡങ്ങൾ പിന്നിട്ട് പൊതു പൈതൃകമായി മാറി.

അവൾ എഴുതി:
“വസന്തമണഞ്ഞു, റാബിയാ
എത്ര സുന്ദരമാണവിടം!
വെളിയിൽ വരാത്തതെന്തേ നീ?”

റാബിയ:

“പകരം നീ വരൂ ഉള്ളിൽ
മൂടുപടമില്ലാതെ
കൺനിറയെ കാണൂ
ആ സൗന്ദര്യസ്രഷ്ടാവിനെ”

ആത്മബോധവും ഭക്തിയും പ്രണയവും ഒന്നിക്കുന്ന സൂഫിസത്തിന്റെ തിളക്കത്തിലേക്കാണ് പേജുകൾ മറിക്കുന്നത്. റാബിയ അൽ ബസ്രിയുടെ കഥകളും കവിതകളുമടങ്ങിയ പുസ്തകം.

റാബിയയുടെ കവിതകളും കഥകളും വിവർത്തനം ചെയ്തിരിക്കുന്നത് ഡോ. എം പി സലിലയാണ്. തികച്ചും സ്വതന്ത്രമാണ് ഈ പരിഭാഷ.

ചിന്ത പബ്ലിഷേഴ്സ്

റാബിയ അൽ ബസ്രി

ഹസ്രത്ത് റാബിയ അൽ അദവിയ എട്ടാംനൂറ്റാണ്ടിൽ ജീവിച്ചിരുന്ന (717-801) ഒരു സൂഫി വിശുദ്ധവനിതയായിരുന്നു. ഇറാഖിലെ ബസ്രയിൽ ജനിച്ച അവർ റാബിയ അൽ ബസ്രി എന്നപേരിലും അറിയപ്പെടുന്നു. നരകഭയത്തിന്റെയും മോക്ഷകാമത്തിന്റെയും പ്രേരണമൂലമല്ലാതെയുള്ള നിസ്വാർത്ഥ ദൈവസ്നേഹമായിരുന്നു റാബിയയുടെ ചിന്തയുടെ കേന്ദ്ര സന്ദേശം.

സാമ്പ്രദായിക വിദ്യാഭ്യാസം ലഭിച്ചിട്ടില്ലാത്ത റാബിയയുടെ ചരിത്രം നൂറ്റാണ്ടുകൾ കൈമാറി, തലമുറകൾക്കായി സൂക്ഷിക്കപ്പെട്ടു.

റാബിയയെ രണ്ടാമത്തെ പരിശുദ്ധ മറിയമായി വിശേഷിപ്പിച്ച സൂഫി കവിയും ചരിത്രകാരനുമായ ഫരീദുദ്ദീൻ അത്തറിന്റെ (1145-1221) കൃതിയാണ് അവരുടെ ജീവിതത്തെക്കുറിച്ച് വിവരം നല്കുന്ന പ്രധാന ചരിത്രരേഖ.

മാതാപിതാക്കളുടെ നാലാമത്തെ പെൺകുട്ടിയായ റാബിയ ബസ്രയിലെ ഒരു ദരിദ്ര കുടുംബത്തിലാണ് ജനിച്ചത് (റാബിയ എന്ന വാക്കിന്റെ അർത്ഥം നാലാമത്തേത് എന്നാണ്). പാവപ്പെട്ടതെങ്കിലും ബഹുമാന്യത കല്പിക്കപ്പെട്ട ഒരു കുടുംബമായിരുന്നു അത്. കുട്ടി ജനിച്ച സമയത്ത് വിളക്കിലൊഴിക്കാനുള്ള എണ്ണയോ കുഞ്ഞിനെ പൊതിയാൻ ഒരു തുണിക്കഷണമോ ആ വീട്ടിലുണ്ടായിരുന്നില്ല. അയൽപക്കത്തെ വീട്ടിൽനിന്ന് കുറച്ച് എണ്ണ കടം വാങ്ങാൻ ഭാര്യ ആവശ്യപ്പെട്ടെങ്കിലും സ്രഷ്ടാവായ ദൈവത്തോടല്ലാതെ മറ്റാരോടും ഒന്നും ആവശ്യപ്പെടുകയില്ല എന്നു തീരുമാനിച്ചിരുന്ന പിതാവ് ഇസ്മായിലിന് അതിന് മനസ്സുണ്ടായില്ല. അയല്പക്കത്തെ വീട്ടിൽ പോയതായി ഭാവിച്ച് മടങ്ങിവന്ന അദ്ദേഹത്തിന്റെ മുന്നിൽ ആ രാത്രി പ്രവാചകൻ പ്രത്യക്ഷപ്പെട്ടു എന്നും അന്നു ജനിച്ച കുട്ടി ദൈവ

ത്തിന് പ്രിയപ്പെട്ടവളും അനേകരെ സന്മാർഗ്ഗ പാതയിൽ എത്തിക്കുന്നവളുമാകും എന്ന് വെളിപ്പെടുത്തി എന്നുമാണ് കഥ. വ്യാഴാഴ്ച രാത്രികളിൽ പതിവുള്ള ദുരൂദ് ജപം മുടക്കിയതിന് പിഴയടയ്ക്കണമെന്ന സന്ദേശം ബസ്രയിലെ അമീറിനെ അറിയിക്കാനും സ്വപ്നത്തിൽ പ്രവാചകൻ അദ്ദേഹത്തോട് ആവശ്യപ്പെട്ടു. സന്ദേശം കിട്ടിയപ്പോൾ ദൈവം തന്നെ സ്മരിച്ചതിൽ സന്തുഷ്ടനായ അമീർ ആയിരം ദിനാർ പാവങ്ങൾക്കിടയിൽ വിതരണം ചെയ്യുകയും 400 ദിനാർ ഇസ്മായിലിന് സമ്മാനമായി നല്കുകയും ചെയ്തു എന്നും കഥയിൽ പറയുന്നു.

റാബിയയുടെ പതിനൊന്നാമത്തെ വയസ്സിൽ പിതാവ് അന്തരിച്ചു. അതോടെ കൂടുതൽ ദുരിതത്തിലായ കുടുംബം ഒരു വറുതിക്കാലത്ത് ഒരു യാത്രാസംഘത്തോടൊപ്പം ബസ്രയിൽനിന്നും യാത്രചെയ്യുന്നതിനിടെ കൊള്ളക്കാരുടെ ആക്രമണത്തിന് ഇരയായി. മാതാവിനെ വധിച്ച കൊള്ളക്കാർ പെൺകുട്ടികളെ വീതിച്ചെടുത്തു. റാബിയയെ സ്വന്തമാക്കിയ കൊള്ളക്കാരൻ അവളെ ഒരു കച്ചവടക്കാരന് അടിമയായി വിറ്റു. പിന്നീട്, എ ഡി 801 ൽ ഈ ലോകത്തു നിന്ന് വിടവാങ്ങുന്നതിനിടെ റാബിയക്ക് തന്റെ സഹോദരിമാരെ ഒരിക്കൽപ്പോലും കാണാൻ സാധിച്ചില്ല.

തനിക്കു കൂടുതൽ പ്രിയപ്പെട്ടവരെ ദൈവം കൂടുതൽ പരീക്ഷണങ്ങൾക്കു വിധേയമാക്കാറുണ്ടെന്നു തോന്നുന്നു. ഊതിക്കാച്ചുമ്പോഴാണല്ലോ പൊന്നിന്റെ മാറ്റു കൂടുന്നത്. പലവട്ടം അടിമച്ചന്തയിൽ ഒരു കച്ചവടച്ചരക്കായി. യജമാനന്മാർ മാറി വന്നു. അടിമവേല ചെയ്ത് ശരീരവും മനസ്സും ഒരുപോലെ ക്ഷീണിതമായ അക്കാലത്താണ് തന്റെ ഹൃദയത്തിലേക്ക് ആശ്വാസത്തിന്റെ കുളിർനിലാവായി എന്തോ ഒന്ന് പെയ്തിറങ്ങുന്നത് റാബിയക്ക് അനുഭവവേദ്യമായിത്തുടങ്ങിയത്. സുഖദായകമായ ഈ അനുഭവത്താൽ ശാരീരിക പീഡനങ്ങളും വേദനകളും അവൾക്ക് നിസ്സാരമായി തോന്നിത്തുടങ്ങി. ഇതുവരെ അറിഞ്ഞിട്ടില്ലാത്ത ആ അലൗകികാനന്ദത്താൽ മുഗ്ദ്ധയായ അവളിലേക്ക് കവിത ഒഴുകിയെത്തി. അക്ഷരാഭ്യാസമില്ലാത്ത അവൾ പണിയെടുക്കുമ്പോഴും രാത്രികാലങ്ങളിലും കവിതമൂളാൻ തുടങ്ങി. കൂടെ പണിയെടുക്കുന്ന മറ്റ് അടിമപ്പെൺകിടാങ്ങളും ക്രമേണ അവളുടെ കവിതകളിലും പാട്ടിലും ആകൃഷ്ടരായി. രാത്രികാലങ്ങളിൽ ക്ഷീണിതരായി ഉറങ്ങാൻ കിടക്കുമ്പോൾ ആ പാവങ്ങളുടെ ഹൃദയങ്ങളിലും റാബിയയുടെ അലൗകിക സംഗീതം സന്തോഷവും സമാധാനവും നിറച്ചു. അവരവളെ സ്നേഹിക്കാനും ആരാധിക്കാനും തുടങ്ങി.

കവിത രചിക്കുകയും അത് സ്വയം പാടുകയും ചെയ്യുന്ന അടിമയെക്കുറിച്ചുള്ള വാർത്ത പതുക്കെ യജമാനന്റെ കാതിലും എത്തി. അയാൾ അവളെ താക്കീതു ചെയ്തു, കഠിനമായി മർദ്ദിച്ചു. എന്നിട്ടും അവളുടെ രീതികൾക്ക് യാതൊരു മാറ്റവുമില്ലെന്നു കണ്ട് ഒറ്റയ്ക്ക് ഒരു മുറിയിൽ താമസിപ്പിച്ചു. എന്നാൽ അതവളെ കൂടുതൽ സന്തോഷിപ്പിച്ചു. ഏകാന്ത

തയിൽ അവൾക്ക് ദൈവിക പ്രണയം കൂടുതലായി അനുഭവപ്പെടാൻ തുടങ്ങി. അവളിങ്ങനെ പാടി:

ഈ ഏകാന്തത
എനിക്കേറെ പ്രിയം
എന്തെന്നാൽ ഏകാന്തതയിൽ
എന്റെ പ്രിയൻ എന്നോടൊപ്പമുണ്ട്.
അവന്റെ പ്രേമത്തിനു പകരം വയ്ക്കാൻ
എനിക്കു മറ്റൊന്നില്ല.

അവളെക്കൊണ്ട് പൊറുതിമുട്ടിയ യജമാനൻ അവളെ വീണ്ടും മറ്റൊരാൾക്ക് വിറ്റു.

പല യജമാനന്മാരുടെ കീഴിലും റാബിയക്ക് മാറി മാറി അടിമവേല ചെയ്യേണ്ടി വന്നു. താരുണ്യത്തിലെത്തിയപ്പോൾ സുന്ദരിയായ അവൾക്ക് പല സദസ്സുകളിലും പാട്ടുപാടേണ്ടിയും നൃത്തമാടേണ്ടിയും വന്നു. എന്നാൽ ഓരോ തീവ്രാനുഭവങ്ങളിലൂടെയും തന്റെ പ്രാണപ്രിയനായ ദൈവം തന്നെ പതം വരുത്തുകയാണെന്ന് അവൾക്ക് ഉറച്ച വിശ്വാസമുണ്ടായിരുന്നു. ശരീരം ഏതു ജോലി ചെയ്താലും തന്റെ ആത്മാവും ഹൃദയവും ഏറ്റവും പരിശുദ്ധമാക്കി കാത്തുസൂക്ഷിക്കാനും അത് പ്രാണേശ്വരനായ ദൈവത്തിൽ മാത്രം അർപ്പിക്കാനും റാബിയക്കായി. ഇക്കാലത്ത് ബാഗ്ദാദിലെ ഒരു വിവാഹ സദസ്സിൽ ആടിപ്പാടുന്നതിനിടെ പൊടുന്നനെ റാബിയ ഇങ്ങനെ പാടി:

എപ്പോഴും
എനിക്ക് സംസാരിക്കാൻ പറ്റുന്ന
ഒരു സുഹൃത്തിനെന്ന പോൽ
നിനക്കായി ഞാനെന്റെ ഹൃദയം
ഒരു ഭവനമാക്കി.
എന്റെ ശരീരം,
അതാശ്ലേഷിക്കാൻ
ആഗ്രഹമുള്ളവർക്കും നല്കി.
ഈ ശരീരം,
ആശ്ലേഷിക്കാനതു ധാരാളം
എന്നാൽ എന്റെ ഭവനത്തിൽ
വസിക്കുന്ന സുഹൃത്ത്,
അവനെന്റെ ഹൃദയത്തിന്റെ
പ്രേമി.

അവിടെ കൂടിയിരുന്ന അതിഥികൾക്ക് അവസരത്തിനിണങ്ങാത്ത അവളുടെ ഈ പാട്ടിൽ അസംതൃപ്തിയുണ്ടായി. പല സദസ്സുകളിലും ഇതു തുടർന്നപ്പോൾ യജമാനൻ കുപിതനായി. എന്നാൽ സുന്ദരിയും നർത്തകിയുമായ ആ അടിമയെ കൈയൊഴിയാൻ അയാൾക്കു മനസ്സു വന്നില്ല. അവളയാൾക്ക് അത്രയേറെ വരുമാനമുണ്ടാക്കി കൊടുത്തിരുന്നു.

അനുനയങ്ങളും പീഡനങ്ങളും ഗുണം ചെയ്യുന്നില്ലെന്നു കണ്ടപ്പോൾ സഹികെട്ട അയാൾ അവളെ മറ്റൊരാൾക്ക് വിറ്റു.

ഒരിക്കൽ അർദ്ധരാത്രി ഉണർന്ന പുതിയ ഉടമ റാബിയയുടെ മുറിയിൽ വെളിച്ചം കണ്ടു. എന്താണെന്നറിയാൻ അങ്ങോട്ടുചെന്ന അദ്ദേഹം റാബിയ പതിഞ്ഞ ശബ്ദത്തിൽ മറ്റാരോടോ സംസാരിക്കുന്നതു കേട്ടു. താനറിയാതെ മറ്റാരോ അവളുടെ മുറിയിൽ വന്നിട്ടുണ്ടെന്നു കരുതി ശബ്ദമുണ്ടാക്കാതെ ഒളിഞ്ഞുനിന്ന് അകത്തെ സംസാരം ശ്രദ്ധിച്ച അയാൾ സ്തബ്ധനായി. റാബിയ അകത്ത് സംസാരത്തിലേർപ്പെട്ടിരുന്നത് മറ്റാരുമായിട്ടായിരുന്നില്ല, പ്രാണേശ്വരനായ ദൈവത്തോട് അവൾ ഇങ്ങനെ പറയുന്നതാണ് അയാൾ കേട്ടത്:

> എന്റെ കണ്ണുകളുടെ ആനന്ദമായ പ്രഭോ, അങ്ങയുടെ ആജ്ഞാനുവർത്തിയാവുക എന്നതാണ് എന്റെ ജന്മലക്ഷ്യം. ആ സന്നിധിയിൽ സേവനം ചെയ്യുകയാണ് എന്റെ കാഴ്ചയുടെ പോലും ഉന്നം. അങ്ങയെ ഹൃദയപൂർവ്വം സേവിക്കാനും അങ്ങയുടെ കല്പനകൾ പാലിക്കാനും ഞാൻ എത്രമാത്രം വ്യഗ്രയാണെന്ന് അങ്ങേക്കറിയാമല്ലോ? സ്വയം തീരുമാനിക്കാൻ ആവുമായിരുന്നെങ്കിൽ ഒരു നിമിഷം പോലും ഞാനങ്ങയുടെ സേവനത്തിൽനിന്ന് മാറി നില്ക്കില്ലായിരുന്നു. എന്നാൽ അങ്ങെന്നെ അങ്ങയുടെ മറ്റൊരു സൃഷ്ടിയുടെ അടിമയാക്കി . അതിനാലാണ് ഞാനങ്ങയുടെ സേവനത്തിനായി ഇത്രയേറെ വൈകിയെത്തുന്നത്. എന്നോട് ക്ഷമിക്കുമല്ലോ?

മുറിയിൽ നിന്ന് പുറത്തു വന്നിരുന്നത് വിളക്കിന്റെ പ്രകാശമല്ല, റാബിയയെ വലയം ചെയ്തിരിക്കുന്ന അഭൗമ പ്രകാശമാണ് എന്നു കൂടി ജനാലയിൽക്കൂടി അകത്തേക്ക് എത്തിനോക്കിയ അയാൾക്ക് മനസ്സിലായി. ഇത്രയേറെ വിശുദ്ധയായ ഒരു സ്ത്രീയെ താൻ അടിമയാക്കി വച്ചാൽ അത് ദൈവനിന്ദയാകുമെന്നു ഭയന്ന അയാൾ അവളെ മോചിപ്പിക്കാൻ തീരുമാനിച്ചു. എല്ലാ അധികാരങ്ങളോടും കൂടി ആ വീട്ടിൽ തന്നെ കഴിയാനോ സ്വതന്ത്രയായി മറ്റെവിടേക്കെങ്കിലും പോകാനോ അദ്ദേഹം അവൾക്ക് അധികാരം കൊടുത്തു. അവിടമുപേക്ഷിച്ച്, മറ്റെവിടെയെങ്കിലും പോയി ഏകാന്തപ്രാർത്ഥനയിൽ മുഴുകാനാണ് റാബിയ തീരുമാനിച്ചത്.

ബസ്രയിലെ അമീറുൾപ്പെടെ സമൂഹത്തിലെ പല ഉന്നതരുടെയും വിവാഹാലോചനകൾ അവരെത്തേടിയെത്തി. എന്നാൽ അവരതെല്ലാം വിനയപൂർവ്വം നിരസിച്ചു. എന്താണ് അവിവാഹിതയായി കഴിയുന്നതെന്ന ചോദ്യത്തിന്,

> വിവാഹം എന്നത് രണ്ട് വ്യക്തിത്വങ്ങളുടെ സംഗമമാണ്. എന്നാൽ എന്നിൽ ഒരു വ്യക്തിത്വമില്ല. ഞാൻ എന്റേതു പോലുമല്ല. പൂർണ്ണമായി എന്റെ ഹൃദയേശ്വരന് അർപ്പിക്കപ്പെട്ട എനിക്ക് എങ്ങനെ മറ്റൊരാളുടേത് ആകാൻ കഴിയും?

എന്ന മറുചോദ്യമായിരുന്നു ഉത്തരം.

ദൈവപ്രേമത്തെക്കുറിച്ചുള്ള റാബിയയുടെ വീക്ഷണങ്ങൾ പതുക്കെ പതുക്കെ പുറംലോകമറിഞ്ഞുതുടങ്ങി. പല സത്യാന്വേഷികളും അവരെത്തേടിയെത്തി. തിരക്ക് അധികമായപ്പോൾ തന്റെ ഹൃദയനാഥനോടൊപ്പം ചെലവിടാനുള്ള സ്വതന്ത്ര നിമിഷങ്ങൾ കുറഞ്ഞു വരുന്നത് അവരെ വേദനിപ്പിച്ചു. ആരോരുമറിയാതെ ഒരുനാൾ അവർ ബാഗ്ദാദ് ഉപേക്ഷിച്ച് സ്വന്തം ജന്മദേശമായ ബസ്രയിലേക്ക് താമസം മാറ്റി.

ഏകാന്തമായ ഒരിടത്ത്, ഏറ്റവും ലളിതമായാണ് ആ വിശുദ്ധ തന്റെ ശിഷ്ടകാലം ജീവിച്ചത്.

ഒരു ചെറ്റക്കുടിലിൽ താമസിച്ചിരുന്ന അവർക്ക് ആകെ ഉണ്ടായിരുന്ന ഭൗതിക സ്വത്ത് പൊട്ടിയ ഒരു മൺപാത്രവും പരുക്കൻ പായയും തലനിണയായി ഒരു ഇഷ്ടിക കഷണവും മാത്രമാണ്. ദിനരാത്രങ്ങളൊരുപോലെ അവർ പ്രാർത്ഥനയിലും ധ്യാനത്തിലും മുഴുകി. ഇടയ്ക്ക് അല്പനേരം ഉറങ്ങേണ്ടിവരുന്നതുപോലും അവരിൽ മനസ്താപമുണ്ടാക്കി.

എത്ര ശ്രമിച്ചാലും പൂവിന് സുഗന്ധവും കുയിലിന് പാട്ടും മറ്റുള്ളവരിൽ നിന്ന് മൂടിവയ്ക്കാനാവുമോ! റാബിയയിൽ നിന്നുയർന്ന അലൗകിക പ്രണയത്തിന്റെ സുഗന്ധവും വിശുദ്ധിയുടെ പ്രകാശവും ചുറ്റും പരക്കാൻ അധികകാലം വേണ്ടിവന്നില്ല. ദൈവപ്രേമത്തെക്കുറിച്ച് അവർ അവതരിപ്പിച്ച വീക്ഷണങ്ങൾ ഏറെ ശ്രദ്ധിക്കപ്പെട്ടു. അക്കാലത്തെ പ്രമുഖരായ സത്യാന്വേഷികളെല്ലാവരും തന്നെ റാബിയയുമായി ആശയവിനിമയം നടത്താൻ എത്താറുണ്ടായിരുന്നു. ഇബ്രാഹിം ഇബ്നു അദ്ഹം, ഫുലൈൽ ഇബ്നു ഇയാൽ, ഹസൻ ബസ്രി തുടങ്ങിയ സൂഫികളെല്ലാവരും റാബിയയുടെ സമകാലികരായിരുന്നു.

നരകഭയത്തെയും മോക്ഷകാമത്തെയും മാറ്റിനിർത്തി, നിസ്വാർത്ഥ അലൗകികപ്രേമമെന്ന ആശയത്തിന് പ്രാധാന്യം കൊടുത്ത ആദ്യ സൂഫി സത്യാന്വേഷകയാണ് റാബിയ. പരിത്യാഗപൂർണ്ണമായ ജീവിതം റാബിയക്കുമുമ്പും ശേഷവും പല ആത്മീയാന്വേഷകരും നയിച്ചിട്ടുണ്ട്. എന്നാൽ എല്ലാം തന്റെ ഹൃദയേശ്വരനായ ദൈവത്തിലർപ്പിച്ച്,

> ഈ ലോകത്ത് നീ എനിക്കായി കരുതിവച്ചിട്ടുള്ള എല്ലാ സുഖങ്ങളും എന്റെ ശത്രുക്കൾക്ക് നല്കുക, പരലോകത്ത് നീ എനിക്കു നല്കാനുദ്ദേശിക്കുന്ന സ്വർഗ്ഗീയാനന്ദങ്ങൾ എന്റെ സുഹൃത്തുക്കൾക്കും നല്കുക. എനിക്കു നിന്നെ മാത്രം നല്കൂ. മറ്റൊന്നുമെനിക്ക് ആവശ്യമില്ല

എന്ന് പാടുകയും അപ്രകാരം ജീവിക്കുകയും ചെയ്ത മറ്റൊരു മിസ്റ്റിക് അവർക്കു മുമ്പും ശേഷവും ഉണ്ടായിട്ടില്ല.

മനുഷ്യന് അഭിമുഖീകരിക്കേണ്ടിവരുന്ന ഏറ്റവും വലിയ പ്രശ്നങ്ങളിലൊന്നാണ് അഹംബോധം. അതിൽനിന്നും മുക്തിനേടുക എന്നത്

ഏറ്റവും ബുദ്ധിമുട്ടുള്ള കാര്യവും. ലൗകിക ജീവിതം ഉപേക്ഷിച്ച സന്ന്യാസിവര്യന്മാർക്ക് പോലും അഹംബോധത്തിൽനിന്ന് വിടുതൽ നേടാൻ പലപ്പോഴും സാധിക്കാറില്ല. മറ്റൊരു മിസ്റ്റിക്കായ ബസ്രയിലെ ഹസ്സന്റെ അഹംബോധം ഇല്ലായ്മ ചെയ്യുന്നതിനായി റാബിയ ശ്രമിച്ചിരുന്നു. റാബിയയും ഹസ്സനും തമ്മിൽ നടന്ന പല ആശയസംവാദങ്ങളും സൂഫി കഥകളായി പ്രചാരത്തിലുണ്ട്.

ജ്ഞാനവും സാമ്പ്രദായിക വിദ്യാഭ്യാസവും തമ്മിൽ യാതൊരു ബന്ധവുമില്ലെന്ന് അവർ നമ്മെ വീണ്ടും വീണ്ടും ഓർമ്മിപ്പിക്കുന്നു. അക്ഷരങ്ങൾ ഉണ്ടാക്കിയേക്കാവുന്ന അഹന്തയോ വിദ്യാഭ്യാസം സമ്മാനിച്ചേക്കാവുന്ന കാപട്യമോ റാബിയയെ ഒരിക്കലും പിടികൂടിയില്ല. വളരെ ആഴത്തിലുള്ള ഉൾക്കാഴ്ചയും സൂക്ഷ്മ ബുദ്ധിയുമുണ്ടായിരുന്ന റാബിയയുടെ മഹത്തായ ജ്ഞാനലോകത്തെ പ്രകടമാക്കുന്ന നിരവധി കഥകളും സൂഫിചരിത്രത്തിൽ സുലഭമാണ്.

ദിവ്യാനുരാഗിണിയായ റാബിയക്ക് തന്റെ പ്രാണപ്രിയനുമായി സല്ലപിക്കുന്നതിന് സ്ഥലമോ സമയമോ ഒരിക്കലും വിഘാതമായില്ല. എന്തെന്നാൽ, അവരുടെ നാഥന് ഒരു പ്രത്യേക രൂപമോ സ്ഥാനമോ ഉണ്ടായിരുന്നില്ല. സർവ്വവ്യാപിയായ തന്റെ പ്രാണനാഥനെ പുല്ലിലും പൂവിലും സൂര്യചന്ദ്രന്മാരിലും വൃക്ഷലതാദികളിലും സർവ്വ ചരാചരങ്ങളിലും ദർശിച്ച അവർക്ക് പ്രപഞ്ചത്തിലെ ഓരോ അണുവിലും അവന്റെ അടയാളങ്ങൾ അനുഭവിക്കാൻ കഴിഞ്ഞു. ദൈവം എന്നാൽ ഭയപ്പെടേണ്ടതോ അനുസരിക്കപ്പെടേണ്ടതോ ആയ ഒരു അധികാരി ആയിരുന്നില്ല, പ്രണയം തന്നെയായിരുന്നു അവർക്ക് ദൈവം. “നീ തന്നതാണ് എനിക്കീ ജീവിതം, അത് എങ്ങനെ ഞാൻ ജീവിക്കണമെന്ന് തീരുമാനിക്കേണ്ടതും നീ തന്നെ” എന്ന് റാബിയ പാടുമ്പോൾ അവനിലുള്ള കലർപ്പില്ലാത്ത വിശ്വാസമാണ് വെളിപ്പെടുന്നത്. “എന്നെ നിന്റെ വാതിൽപ്പടിയിൽനിന്ന് ആട്ടിയിറക്കിയാലും ഞാനിനി നിന്നെ പിരിയുകയില്ല” എന്നും “എനിക്ക് നിന്നോടുള്ള പ്രണയത്തിന് അല്പംപോലും കുറവു വരികയില്ല” എന്നും അവർ ആണയിടുന്നു.

അലൗകിക പ്രണയത്തെ ആത്മാവിലാവാഹിച്ച, സമാനതകളില്ലാത്ത ആ വിശുദ്ധ പ്രണയിനിയെക്കുറിച്ച് ഓഷോ ഇങ്ങനെ പറയുന്നു:

> മനുഷ്യചരിത്രം കണ്ട ഏറ്റവും അസാധാരണ സ്ത്രീകളിലൊരാളാണ് റാബിയ അൽ അദവിയ. അവളോടു താരതമ്യം ചെയ്യപ്പെടുവാൻ കഴിയുന്ന വളരെ കുറച്ചുപേർ മാത്രമേ ചരിത്രത്തിലുള്ളൂ, മീര, തെരേസ, ലൈല തുടങ്ങിയവർ. ഇവരുടെ ഇടയിൽപ്പോലും റാബിയ ഒരസാധാരണ സ്ത്രീയായി നിലകൊള്ളുന്നു. അവളൊരു കോഹിന്നൂർ രത്നമാണ്. മനുഷ്യകുലത്തിൽ ജന്മമെടുത്ത ഏറ്റവും അമൂല്യമായ സ്ത്രീരത്നം.

മരണം

"എന്റെ നാഥൻ എന്നോടൊപ്പമുണ്ട്. അവനെന്റെ കൈ പിടിച്ചിരിക്കുമ്പോൾ ഞാനെന്തിനു ഭയക്കണം" എന്ന് അവസാനശ്വാസത്തിലും ഉരുവിട്ട്, ദിവ്യാനുരാഗത്തിന്റെ അനുഭൂതികളിൽ സമ്പൂർണ്ണ സമർപ്പണം ചെയ്ത ആത്മീയാകാശത്തിലെ ആ ഒറ്റനക്ഷത്രം എൺപത്തഞ്ചോടടുത്ത് പ്രായമുള്ളപ്പോൾ തന്റെ പ്രാണേശ്വരനിലേക്ക് പൂർണ്ണമായി ലയിച്ചു.

ദൈവപ്രേമവും ദൈവതൃഷ്ണയും റാബിയയിൽ ജ്വലിച്ചിരുന്നു എന്നും ജനങ്ങൾ യേശുവിന്റെ മാതാവ് മറിയത്തോട് ഉപമിക്കാവുന്ന രണ്ടാം മറിയമായി അവരെ കണക്കാക്കുന്നുവെന്നും അവരുടെ ജീവചരിത്രകാരൻ ഫരീദ് അൽ ദീൻ അത്തർ പറയുന്നു.

കഥകൾ

ഒന്ന്

അടിമത്തത്തിൽ നിന്ന് മോചിതയാക്കപ്പെട്ടശേഷം ബസ്രയിലെ അമീറുൾപ്പെടെ പലരിൽനിന്നും റാബിയക്ക് വിവാഹാലോചനകൾ വന്നു. എന്നാൽ അവയെല്ലാം അവർ സ്നേഹപൂർവ്വം നിരസിക്കുകയാണ് ചെയ്തത്. അവിവാഹിതയായി കഴിയുന്ന അവരോട് എന്തുകൊണ്ടാണ് നിങ്ങൾ ഒരു ഭർത്താവിനെ കണ്ടെത്താത്തതെന്ന് പലരും ചോദിച്ചു. ആദ്യമാദ്യം ഇതിൽ നിന്ന് ഒഴിഞ്ഞുമാറിയ റാബിയ ഒരിക്കൽ ഈ ചോദ്യങ്ങൾ ചോദിക്കുന്നവരോട് ഇങ്ങനെ പ്രതികരിച്ചു:

"മൂന്നു ചോദ്യങ്ങൾ എന്നെ വലയ്ക്കുന്നു. അവയ്ക്ക് നിങ്ങൾ പരിഹാരം കണ്ടെത്താമെങ്കിൽ ഞാൻ വിവാഹത്തിന് സമ്മതിക്കാം."

ഇതു കേട്ടവർ ഉത്സാഹത്തോടെ അവരുടെ ചോദ്യം എന്താണെന്നു കേൾക്കാൻ തയ്യാറായി.

റാബിയ പറഞ്ഞു: "എന്നെ അലട്ടുന്ന ചോദ്യങ്ങൾ ഇതാണ്.

ഒന്ന്- എനിക്ക് ദൈവപ്രീതിയിൽ മരിക്കാനാവുമോ?

രണ്ട്-അന്ത്യവിധി ദിവസം എന്റെ കർമ്മങ്ങളുടെ പത്രിക കിട്ടുന്നത് എന്റെ വലംകൈയിലോ ഇടംകൈയിലോ?

മൂന്ന്- ആ ദിവസം എനിക്ക് ദൈവത്തിന്റെ ഇടതുവശത്തായിരിക്കുമോ അതോ വലതുവശത്തായിരിക്കുമോ സ്ഥാനം കിട്ടുക?"

റാബിയയുടെ ചോദ്യങ്ങൾ കേട്ട്, ഇതെന്തു യുക്തിരഹിതമായ ചോദ്യങ്ങളാണ്, ഈ ചോദ്യങ്ങൾക്ക് ആർക്കാണ് ഉത്തരം നല്കാൻ സാധിക്കുക എന്ന് അത്ഭുതപ്പെട്ടവരോട് അവർ ഇങ്ങനെ പറഞ്ഞു: "ഇത്തരം വ്യഗ്രതകളുമായി ജീവിക്കുന്ന ഒരു സ്ത്രീക്ക് എങ്ങനെയാണ് ഒരു ഭർത്താവിനോടൊത്ത് കുടുംബജീവിതം നയിക്കാനാവുക? അതിനാൽ എന്നെ നിർബ്ബന്ധിക്കാതിരിക്കുക."

രണ്ട്

ഒരിക്കൽ ബസ്രയിലെ തിരക്കേറിയ തെരുവിലൂടെ ഒരു കൈയിൽ ഒരു തീപ്പന്തവും മറുകൈയിൽ ഒരു തൊട്ടി വെള്ളവുമായി റാബിയ ഓടി.

ഇതുകണ്ട് സംഭ്രമിച്ച്, എന്താണ് സംഭവിച്ചതെന്ന് അന്വേഷിച്ചവരോട് അവർ ഇങ്ങനെ പറഞ്ഞു:

"സ്വർഗ്ഗത്തിന് എനിക്ക് തീ കൊടുക്കണം. നരകത്തെ വെള്ളത്തിൽ മുക്കണം. അവ രണ്ടുമാണ് ദൈവത്തിലേക്കുള്ള വഴിയിലെ ഏറ്റവും വലിയ വിലങ്ങുതടികൾ."

മൂന്ന്

ഒരു പ്രഭാതത്തിൽ ഹസ്സൻ ബസ്രി റാബിയയുടെ കുടിലിന്റെ മുന്നിലെത്തി. അതിമനോഹരമായിരുന്നു ആ പ്രഭാതം. ഉദിച്ചുയരുന്ന സൂര്യന്റെ പ്രഭയിൽ വൃക്ഷലതാദികൾ പൊൻനിറമണിഞ്ഞു നില്ക്കുന്നു. പക്ഷികൾ ആഹ്ലാദത്തോടെ പാടുന്നു. പൂക്കളുടെ നറുമണവുമായി ഇളംകാറ്റ് മെല്ലെ വീശുന്നു.

ആ സുന്ദര ദൃശ്യത്തിന്റെ മാസ്മരികതയിൽ മുഗ്ദ്ധനായി ഹസ്സൻ കുടിലിനകത്തേക്കു നോക്കി വിളിച്ചു:

“ദൈവം എത്ര മനോഹരമാക്കിയിരിക്കുന്നു ഇന്നത്തെ പ്രഭാതം! ഈ സുന്ദരമായ നിമിഷങ്ങൾ ആസ്വദിക്കാതെ നീ എന്താണ് അകത്തു ചെയ്യുന്നത്? പുറത്തു വരൂ റാബിയ.”

ഇതുകേട്ട് റാബിയ ചിരിച്ചുകൊണ്ട് പറഞ്ഞു:

“ഹസ്സൻ, നീ പറഞ്ഞതു ശരിതന്നെ. പ്രഭാതം അതിമനോഹരം. കിളികളുടെ പാട്ട് അതിമധുരം. എന്നാൽ അവയുടെ ഉള്ളിൽ ആ ഗാനം നിറച്ചവന്റെ നാദവുമായി താരതമ്യം ചെയ്യുമ്പോൾ അവ ഒന്നുമല്ല. നിങ്ങൾ ഉള്ളിലാവുമ്പോൾ മാത്രമാണ് അത് മനസ്സിലാക്കുക. എന്തുകൊണ്ടാണ് ഇനിയും നിങ്ങൾ ഉള്ളിൽ പ്രവേശിക്കാത്തത്? ബാഹ്യലോകവുമായുള്ള നിങ്ങളുടെ ബന്ധം ഇനിയും അവസാനിച്ചിട്ടില്ലെന്നോ! എപ്പോഴാണ് ഉള്ളിൽ പ്രവേശിക്കാൻ നിങ്ങൾ പ്രാപ്തനാകുന്നത്?”

നാല്

സാലിഹ് ഖസ്നീവി എന്ന സൂഫിഗുരു അദ്ദേഹത്തിന്റെ ശിഷ്യരെ ഇങ്ങനെ പഠിപ്പിച്ചിരുന്നു.

"നിങ്ങൾ മുട്ടിക്കൊണ്ടേ ഇരിക്കുക, ഒരുനാൾ നിങ്ങളുടെ മുന്നിൽ ആ വാതിൽ തുറക്കപ്പെടും."

ഇത് പലപ്പോഴും കേൾക്കാനിടയായ റാബിയ ഒരിക്കൽ അദ്ദേഹത്തോട് ചോദിച്ചു: "സാലിഹ്, എത്രനാൾ നിങ്ങൾ ഇങ്ങനെ ഭാവികാലത്തെ മാത്രം പ്രതീക്ഷിച്ച് പഠിപ്പിച്ചുകൊണ്ടിരിക്കും! വാതിൽ തുറക്കപ്പെടുമെന്ന് എത്രനാൾ കാത്തിരിക്കും? ആ വാതിൽ അടച്ചിട്ടുണ്ടോ എന്ന് അങ്ങ് എന്നെങ്കിലും നോക്കാത്തതെന്തേ? അതെന്നും തുറന്നുതന്നെയാണല്ലോ കിടക്കുന്നത്!"

ഇതു കേട്ട്, തന്റെ അജ്ഞത ബോധ്യപ്പെട്ട സാലിഹ് ആ ജ്ഞാനിയായ വിശുദ്ധയുടെ മുന്നിൽ നമസ്കരിച്ചു.

അഞ്ച്

റാബിയ സ്വന്തം കുടിലിൽ ഒരിക്കലും കത്തി സൂക്ഷിച്ചിരുന്നില്ല.

ഇതിന്റെ കാരണം ചോദിച്ചവരോട് അവരുടെ മറുപടി ഇങ്ങനെയായിരുന്നു:

"ഒന്നായിരിക്കുന്നവയെ മുറിച്ചു വേർപെടുത്തുന്ന കത്തിയെ ഞാൻ വെറുക്കുന്നു. അതിനെ എനിക്കു ഭയമാണ്. ഞാനെന്റെ പ്രാണപ്രിയനുമായി ചേർന്നിരിക്കുന്നു. ഞങ്ങളെ തമ്മിൽ മുറിച്ചു വേർപെടുത്താൻ കത്തി ശ്രമിച്ചാലോ? ആ ഭയത്താലാണ് ഞാനെന്റെ കുടിലിൽ അതിന് പ്രവേശനം നിഷേധിച്ചിരിക്കുന്നത്."

ആറ്

റാബിയ ഒരിക്കൽ രോഗബാധിതയായി.

എന്തു പറ്റി എന്ന് ചോദിച്ചവരോട് തന്റെ ഹൃദയം ഒരു അഭിശപ്ത മുഹൂർത്തത്തിൽ സ്വർഗ്ഗത്തിനായി മോഹിച്ചുപോയെന്നും അതിനു ലഭിച്ച ശിക്ഷയാണ് തന്റെ രോഗമെന്നുമായിരുന്നു അവരുടെ മറുപടി.

ഏഴ്

സത്യാമ്പേഷി എന്ന് സ്വയം വിശ്വസിക്കുന്ന ഒരാൾ ഒരുദിവസം റാബിയയുടെ അരികിലെത്തി. അയാൾ സംസാരിക്കുന്നതിനിടെ ലോകത്തെ പഴിപറയാനും അധിക്ഷേപിക്കാനും തുടങ്ങി. അല്പനേരം ഇതുകേട്ടിരുന്ന അവർ ചിരിച്ചുകൊണ്ട് അദ്ദേഹത്തോട് ചോദിച്ചു:

"കൂടുതൽ ബന്ധമുള്ളതിനെ കുറിച്ചാണ് നമ്മൾ കൂടുതൽ സംസാരിക്കുക. അങ്ങ് ഈ ലോകവുമായി വളരെ നല്ല ബന്ധത്തിലാണെന്ന് തോന്നുന്നല്ലോ?"

എട്ട്

ഒരിക്കൽ റാബിയ തന്നെ സന്ദർശിക്കാനെത്തിയ ചില സത്യാന്വേഷികളുമായി ഒരു പുഴക്കരയിൽ ആത്മീയ സംവാദത്തിലേർപ്പെട്ടിരിക്കുകയായിരുന്നു. അപ്പോൾ അവിടെയെത്തിയ ഹസ്സൻ ബസ്രിക്ക് തന്റെ അപൂർവ്വ സിദ്ധികൾ മറ്റുള്ളവരുടെ മുന്നിൽ പ്രദർശിപ്പിക്കണമെന്ന ആഗ്രഹമുണ്ടായി. അതിനായി അദ്ദേഹം പുഴയിലെ ജലത്തിനു മുകളിലൂടെ നടന്ന് മദ്ധ്യത്തിലെത്തിയശേഷം എല്ലാവരും കേൾക്കത്തക്കവണ്ണം ഉറക്കെ വിളിച്ചു പറഞ്ഞു: "റാബിയ വരൂ, നമുക്കീ ജലത്തിനു മുകളിലിരുന്ന് സംസാരിക്കാം."

ഇതുകേട്ട റാബിയ തന്റെ നമസ്കാരപ്പായ വായുവിലേക്കെറിഞ്ഞശേഷം അതിനു മുകളിലിരുന്ന് ഹസ്സനോട് അവിടേക്ക് വരാൻ പറഞ്ഞു. എന്നാൽ തനിക്ക് വായുവിന് മുകളിൽ സഞ്ചരിക്കാനുള്ള വിദ്യ അറിയില്ലെന്ന് സങ്കോചത്തോടെ ഹസ്സന് പറയേണ്ടിവന്നു.

റാബിയ എല്ലാവരും കേൾക്കാനായി ഇങ്ങനെ പറഞ്ഞു: "ഹസ്സൻ ഇപ്പോൾ ചെയ്ത വിദ്യ മത്സ്യങ്ങൾക്ക് നിഷ്പ്രയാസം സാധിക്കുന്നതാണ്. ഞാൻ ചെയ്തതുപോലെ വായുവിൽ ഇരിക്കാൻ ഒരു ഈച്ചയ്ക്കുപോലും സാധിക്കും. ഇപ്പോൾ നമ്മളേർപ്പെട്ടിരുന്ന ഈ ആത്മീയ സംവാദം അതിനേക്കാളെല്ലാം ഉന്നതമാണ്. നമ്മൾ എവിടെ ഇരിക്കുന്നു എന്നതിലല്ല കാര്യം, എന്തു ചെയ്യുന്നു എന്നതിലാണ്."

ഒൻപത്

ഒരു സന്ധ്യക്ക് തന്റെ കുടിലിനു വെളിയിലുള്ള തെരുവിൽ റാബിയ എന്തോ തിരഞ്ഞുകൊണ്ടിരുന്നു. ആ പാവം വൃദ്ധ തനിക്കു നഷ്ടപ്പെട്ട എന്തോ തിരയുകയാണെന്നു കരുതി ജനങ്ങൾ അവർക്കു ചുറ്റും കൂടി. എന്താണ് തിരയുന്നതെന്ന് അന്വേഷിച്ചവരോട് തന്റെ സൂചി നിലത്തു വീണുപോയി എന്നും അത് കണ്ടെത്താൻ ശ്രമിക്കുകയാണെന്നും അവർ പറഞ്ഞു. കുറച്ചുനേരത്തെ തിരച്ചിലിനുശേഷവും ആർക്കും സൂചി കണ്ടെത്താനായില്ല. അവരിൽ ആരോ ചോദിച്ചു:

"റാബിയ, ഇതു വളരെ വലിയ സ്ഥലമാണ്. സൂചി വളരെ ചെറിയ ഒരു സാധനവും. സമയം സന്ധ്യയായി. ഇപ്പോൾ തന്നെ ഇവിടമാകെ ഇരുട്ടു പരക്കും. പിന്നീടൊന്നും കാണാനാകില്ല. അതിനാൽ സൂചി നഷ്ടപ്പെട്ട സ്ഥലം കൃത്യമായി പറഞ്ഞാലേ നമുക്കത് കണ്ടെത്താനാവൂ. അല്ലെങ്കിൽ ഈ തിരച്ചിൽകൊണ്ട് യാതൊരു ഫലവുമുണ്ടാവില്ല."

ഇതുകേട്ട റാബിയ സൂചി നഷ്ടപ്പെട്ടത് തന്റെ കുടിലിനുള്ളിലാണെന്ന് പറഞ്ഞു.

"നിങ്ങൾക്കെന്താ, ഭ്രാന്തായോ, കുടിലിനുള്ളിൽ നഷ്ടപ്പെട്ട സൂചി നിങ്ങൾ അവിടെയല്ലേ തിരയേണ്ടത്? വെറുതെ എന്തിന് ഞങ്ങളെക്കൂടി കഷ്ടപ്പെടുത്തി?" തിരച്ചിൽ നിർത്തിയ ജനങ്ങൾ റാബിയയോട് ദേഷ്യപ്പെട്ടു.

"കുടിലിനുള്ളിൽ ഇരുട്ടാണ്. ഇവിടെയാണ് വെളിച്ചമുള്ളത്. അതിനാലാണ് ഞാൻ ഇവിടെ തിരഞ്ഞത്." റാബിയ വളരെ നിഷ്കളങ്കമായി മറുപടി പറഞ്ഞു.

"ഇതെന്തു വിഡ്ഢിത്തമാണ് നിങ്ങൾ പറയുന്നത്? കുടിലിനുള്ളിൽ വെളിച്ചമില്ലെങ്കിൽ അവിടെ വെളിച്ചം കൊണ്ടുചെന്ന് നോക്കണം.

അല്ലാതെ ഇവിടെ തിരഞ്ഞിട്ടെന്തു പ്രയോജനം!" അവർ അത്ഭുതപ്പെട്ടു.

"ഈ ചെറിയ കാര്യത്തിൽ നിങ്ങൾ എത്ര സമർത്ഥരാണ്! ഈ സാമർത്ഥ്യം എന്നാണ് നിങ്ങൾ സ്വന്തം ആത്മീയ ജീവിതത്തിനു വേണ്ടി ഉപയോഗിക്കുക? നിങ്ങളെല്ലാവരും ആനന്ദം തേടി അലയുന്നു. എന്നാൽ ആ ആനന്ദം നിങ്ങൾക്ക് നഷ്ടപ്പെട്ടിട്ടുള്ളത് നിങ്ങളുടെ ഉള്ളിൽത്തന്നെയാണ്. ഇതിനുള്ള നിങ്ങളുടെ മറുചോദ്യം അകത്തുള്ളതിനെ എങ്ങനെ കണ്ടെത്താനാവുമെന്നാണ്. പുറമെയുള്ളതിനെ കണ്ണുകൾകൊണ്ട്, കൈകൾ കൊണ്ട് തേടിപ്പിടിക്കാം എന്നാണ്. എന്നാൽ നിങ്ങളിപ്പോൾ എന്നോടു പറഞ്ഞ അതേ ന്യായം ഇവിടെയും ബാധകമല്ലേ? അതിനാൽ നിങ്ങൾക്കു നഷ്ടപ്പെട്ട ആനന്ദത്തെ നിങ്ങളുടെയുള്ളിൽത്തന്നെ കണ്ടെത്തൂ." റാബിയ ചിരിച്ചുകൊണ്ടു പറഞ്ഞു.

പത്ത്

ഒരിക്കൽ റാബിയക്ക് ഒരു വസ്ത്രം വാങ്ങേണ്ട ആവശ്യമുണ്ടായി. അവർ അതു വാങ്ങാനായി ഒരു പരിചയക്കാരന്റെ കൈയിൽ മൂന്നു വെള്ളിനാണയങ്ങൾ കൊടുത്തുവിട്ടു.

കുറച്ചുദൂരം പോയശേഷം അയാൾ മടങ്ങിവന്നു. കാര്യമെന്താണെന്ന് അന്വേഷിച്ച റാബിയയോട് അയാൾ ഇങ്ങനെ പറഞ്ഞു :

“ഏതു നിറത്തിലുള്ള വസ്ത്രമാണ് വാങ്ങേണ്ടത് എന്നു നിങ്ങൾ പറഞ്ഞില്ലല്ലോ? ഞാൻ അത് ചോദിക്കാനും വിട്ടുപോയി. അതറിയാനാണ് ഞാൻ മടങ്ങിവന്നത്.”

ഇതുകേട്ട റാബിയ അത്ഭുതപ്പെട്ടു.

“അപ്പോൾ അതാണ് കാര്യം അല്ലേ! ഒരു വസ്ത്രം വാങ്ങുമ്പോൾ ഇത്തരം കാര്യങ്ങൾക്ക് പ്രാധാന്യമുണ്ട് എങ്കിൽ എനിക്കായി വസ്ത്രം വാങ്ങേണ്ട കാര്യമില്ല. തിരഞ്ഞെടുക്കാനുള്ള അധികാരം എനിക്കില്ല.” ഇതു പറഞ്ഞ് റാബിയ അയാളുടെ കൈയിൽനിന്ന് താൻ നല്കിയ പണം തിരികെ വാങ്ങി ടൈഗ്രീസ് നദിയിലേക്ക് എറിഞ്ഞു.

പതിനൊന്ന്

ഒരു പ്രഭാതത്തിൽ റാബിയ ഒരു മലഞ്ചെരുവിൽ പ്രാർത്ഥനയ്ക്കായി ചെന്നു. അവരവിടെ ചെന്ന് അല്പസമയത്തിനുള്ളിൽ മാനുകളും കാട്ടാടുകളും മറ്റു മൃഗങ്ങളും കാട്ടിൽനിന്ന് ഇറങ്ങിവന്ന് അവരുടെ ചുറ്റും സ്വതന്ത്രമായി മേഞ്ഞുനടക്കുകയും അവരോട് സ്നേഹപ്രകടനങ്ങൾ നടത്തുകയും ചെയ്തു.

കുറച്ചു കഴിഞ്ഞപ്പോൾ റാബിയ അവിടെയുണ്ട് എന്നറിഞ്ഞ് ഹസ്സൻ അവിടേക്ക് ചെന്നു. ഹസ്സനെ കണ്ടതും മൃഗങ്ങളെല്ലാം ഭയന്നോടി കാട്ടിൽ മറഞ്ഞു. ഇതുകണ്ട് അത്ഭുതപ്പെട്ട ഹസ്സൻ എന്തുകൊണ്ടാണ് റാബിയയുടെ സമീപം സ്വൈര്യമായി വിഹരിച്ച ആ മൃഗങ്ങൾ തന്നെക്കണ്ടപ്പോൾ ഭയന്നോടിയതെന്ന് അന്വേഷിച്ചു.

“ഹസ്സൻ, നിങ്ങൾ ഇന്ന് പ്രഭാതത്തിൽ എന്താണ് ഭക്ഷിച്ചത്?” റാബിയ ചോദിച്ചു.

“ഒരു ചെറിയ കഷ്ണം റൊട്ടിയും മൃഗക്കൊഴുപ്പിൽ വറുത്ത ഉള്ളിയും.” ഹസ്സൻ മറുപടി പറഞ്ഞു.

‘ഇപ്പോൾ മനസ്സിലായില്ലേ എന്താണ് ആ പാവം മൃഗങ്ങൾ നിങ്ങളെക്കണ്ട് പേടിച്ചോടിയത് എന്ന്? നിങ്ങൾ അവയുടെ കൊഴുപ്പ് ഭക്ഷിക്കുന്നവനായതുകൊണ്ടുതന്നെ.”

പന്ത്രണ്ട്

ഒരു വർഷം റാബിയ കുറച്ച് ചോളം കൃഷിചെയ്തു.

കതിരുകൾ വിളഞ്ഞ് വിളവെടുക്കാറായപ്പോൾ എങ്ങുനിന്നോ എത്തിയ ഒരുപറ്റം വെട്ടുക്കിളികൾ വയലിൽ പറന്നിറങ്ങി.

ഇതുകണ്ട റാബിയ ഇങ്ങനെ പ്രാർത്ഥിച്ചു:

"എന്റെ ദൈവമേ, ഈ ചോളം എന്റെ ജീവനോപാധിയാണ്. ഞാനെന്റെ പണവും വിയർപ്പും ഇതിനായി ചെലവഴിച്ചു. പകരമായി നീ എനിക്ക് നല്ല വിളവ് സമ്മാനിക്കുകയും ചെയ്തു. അവസാനം വിളവെടുക്കാറായ ഈ സമയത്ത് നീ എന്താണ് കരുതുന്നത്? ഇതിന്റെ ഫലം ഞാനനുഭവിക്കണമെന്നോ അതോ ഞാൻ അന്നത്തിനായി ഇനിയും അലയണമെന്നോ?"

റാബിയ പ്രാർത്ഥന അവസാനിപ്പിച്ച് കണ്ണുതുറന്നപ്പോൾ അവിടെ ഒറ്റ വെട്ടുക്കിളിപോലും ഇല്ലായിരുന്നു. വിളഞ്ഞുകിടക്കുന്ന ചോളവയൽ മാത്രം.

പതിമൂന്ന്

റാബിയയും അവരുടെ കൂടെ ഉണ്ടായിരുന്ന പെൺകുട്ടിയും ഏറെ ദിവസത്തെ ഉപവാസത്തിനുശേഷം നോമ്പ് വീടുന്നതിനായി തയ്യാറെടുക്കുകയായിരുന്നു. റൊട്ടിയോടൊപ്പം കഴിക്കുന്നതിനായി ഉള്ളി പാകംചെയ്യാൻ ആ പെൺകുട്ടി തീരുമാനിച്ചു. എന്നാൽ ഉള്ളിക്കുട്ട ശൂന്യമായിരുന്നു. അയൽപക്കത്തുനിന്ന് രണ്ട് ഉള്ളി കടംവാങ്ങാൻ ഇറങ്ങിയ അവളെ തടഞ്ഞുകൊണ്ട് റാബിയ പറഞ്ഞു: "എന്റെ പ്രാണനാഥനായ ദൈവത്തോടല്ലാതെ ഞാനൊന്നും ആവശ്യപ്പെടാറില്ല. ഉള്ളി ഇല്ലാതെതന്നെ നമുക്ക് ഉപവാസം വീടാം."

പെട്ടെന്ന് കൊക്കിൽ രണ്ട് ഉള്ളിയുമായി ഒരുപക്ഷി പറന്നെത്തി, അടുപ്പിലിരിക്കുന്ന പാത്രത്തിൽ ഉള്ളി ഇട്ടശേഷം പുറത്തേക്ക് പറന്നകലുകയും ചെയ്തു.

ഇതുകണ്ട് അത്ഭുതപ്പെട്ട പെൺകുട്ടി ഇങ്ങനെ പറഞ്ഞു: "നോക്കൂ റാബിയ, എന്തത്ഭുതം, നിങ്ങളുടെ പ്രാണേശ്വരൻ ഉള്ളി കൊടുത്തുവിട്ടിരിക്കുന്നല്ലോ!"

"കാര്യം അത്ഭുതം തന്നെ. എന്നാൽ എന്റെ പ്രാണേശ്വരൻ ഒരു ഉള്ളിക്കച്ചവടക്കാരനല്ല. ഇത് അവൻ കൊടുത്തുവിട്ടതാണെന്ന് ഞാൻ വിശ്വസിക്കുന്നില്ല. അതിനാൽ നമുക്കിന്ന് ഉള്ളിയില്ലാതെ ഈ റൊട്ടി ഭക്ഷിക്കാം." ഉള്ളി പുറത്തേക്കെറിയുന്നതിനിടെ റാബിയ പറഞ്ഞു.

പതിനാല്

“**നി**ങ്ങൾ എവിടെനിന്നു വരുന്നു?” റാബിയയോട് ചിലർ ചോദിച്ചു.

“ഞാൻ അവനിൽ നിന്ന് വരുന്നു.” അവർ മറുപടി പറഞ്ഞു.

“എവിടേക്കു പോകുന്നു?” അവർ വീണ്ടും ചോദിച്ചു.

“അവനിലേക്ക് പോകുന്നു.” അവരുടെ മറുപടിക്ക് ഒട്ടും താമസമുണ്ടായില്ല.

പതിനഞ്ച്

രാത്രി മുഴുവൻ പ്രാർത്ഥനാനിരതയായിരുന്ന റാബിയ പ്രഭാതത്തിൽ അല്പം ഉറങ്ങി.

ഉറക്കത്തിൽ നിറയെ ശാഖകളുള്ള മനോഹരമായ ഒരു മരം അവർ സ്വപ്നം കണ്ടു. അതിൽ പ്രപഞ്ചത്തിൽ ഇതുവരെ കണ്ടിട്ടില്ലാത്തത്ര മനോഹരങ്ങളായ പഴങ്ങളുണ്ടായിരുന്നു. ചുവപ്പും വെളുപ്പും മഞ്ഞയും നിറങ്ങളിലുള്ള അവ സൂര്യന്റെ രശ്മികളേറ്റ് തിളങ്ങുന്നുണ്ടായിരുന്നു.

“ആരുടേതാണീ മരം?” അത്ഭുതത്തോടെ റാബിയ തിരക്കി.

“ഇതു നിന്റെ മരമാണ്. നിന്റെ പ്രാർത്ഥനയുടെ വിത്തിൽനിന്നും മുളച്ചതാണിത്.” ഒരു ശബ്ദം മറുപടി നല്കി.

റാബിയ മെല്ലെ ആ മരത്തിനു ചുറ്റും സന്തോഷത്തോടെ നടന്നു. സ്വർണ്ണവർണ്ണമുള്ള പതിനെട്ടു പഴങ്ങൾ താഴെ വീണുകിടക്കുന്നതു കണ്ട റാബിയ “ഇവകൂടി ഈ മരത്തിൽ തന്നെ ഉണ്ടായിരുന്നെങ്കിൽ” എന്ന് പതുക്കെ പറഞ്ഞു.

“റാബിയ, ആ പതിനെട്ടു പഴങ്ങളും ഈ മരത്തിൽ തന്നെയാണ് ഉണ്ടായിരുന്നത്. എന്നാൽ പ്രാർത്ഥനയുടെ ഇടയിൽ അപ്പത്തിനുമാവ് കലക്കിവച്ചോ എന്ന് നീ ആകുലപ്പെട്ടു. അപ്പോഴാണ് ഈ പഴങ്ങൾ കൊഴിഞ്ഞുവീണത്.”

ശബ്ദം പ്രതിവചിച്ചു.

പതിനാറ്

ഒരിക്കൽ രോഗിയായ റാബിയയെ കാണാൻ ഒരു സൂഫി സുഹൃത്തെത്തി.

അവരുടെ ദീനതകണ്ട് വിഷമം തോന്നിയ അദ്ദേഹം ഇങ്ങനെ ചോദിച്ചു:

“അങ്ങ് പ്രാർത്ഥിക്കുന്നതെന്തും ദൈവം നിറവേറ്റിത്തരുമെന്ന് എല്ലാവരും പറയുന്നു. എന്നിട്ടും സ്വന്തം ദീനം മാറ്റാൻ അങ്ങെന്താണ് അവനോട് പ്രാർത്ഥിക്കാത്തത്?”

“എനിക്ക് എന്താണ് വേണ്ടത് എന്ന് അദ്ദേഹത്തിനറിയാം. അത് അപ്പപ്പോൾ എനിക്ക് നല്കുന്നുമുണ്ട്. അദ്ദേഹം തന്നെ തന്ന ഈ അനുഗ്രഹത്തെക്കുറിച്ച് ഞാനെന്തിനാണ് പരാതി പറയുന്നത്!” റാബിയ മറുപടി പറഞ്ഞു.

പതിനേഴ്

"**ദൈ**വമേ, നീ എന്നിൽ സംതൃപ്തനാവണേ എന്നാണ് എന്റെ പ്രാർത്ഥന." ഒരു സൂഫി ഒരിക്കൽ റാബിയയോട് പറഞ്ഞു.

"നീ ദൈവത്തിൽ സംതൃപ്തനല്ല എന്നല്ലെ അതിനർത്ഥം? പിന്നെ നിനക്കത് അദ്ദേഹത്തോട് ആവശ്യപ്പെടാൻ എങ്ങനെ ധൈര്യമുണ്ടായി?" റാബിയ ചോദിച്ചു.

പതിനെട്ട്

"**അ**വിടുന്ന് എങ്ങനെയാണ് ദൈവത്തെ കണ്ടെത്തിയത്?"

റാബിയയുടെ പ്രഭാഷണം കേൾക്കാനെത്തിയവരിൽ ഒരാൾ അവരോട് ചോദിച്ചു.

"എല്ലാവരും എപ്പോഴും കാരണങ്ങൾ ചോദിച്ചുകൊണ്ടിരിക്കുന്നു. ഞാനെന്റെ ജീവിതത്തിൽനിന്ന് 'എങ്ങനെ' എന്ന ചോദ്യത്തെ ഇല്ലാതാക്കി. അപ്പോൾ അവനെ കാണാനായി." റാബിയ പറഞ്ഞു.

പത്തൊൻപത്

ജീവിതത്തിന്റെ അവസാന കാലങ്ങളിൽ റാബിയ വളരെ ദരിദ്ര മായ ഭൗതിക സാഹചര്യങ്ങളിലാണ് ജീവിച്ചിരുന്നത്. ഒരു കുടിലിന്റെ തിണ്ണയിൽ കഴിഞ്ഞിരുന്ന അവർക്ക് ഒരു കീറപ്പായും തലയിണയായി ഉപയോഗിക്കുന്നതിന് ഒരു കഷ്ണം ഇഷ്ടികയും ഭക്ഷണം കഴിക്കുന്ന തിന് പൊട്ടിയ ഒരു മൺപാത്രവും മാത്രമാണ് ഉണ്ടായിരുന്നത്. ഒരിക്കൽ അവരെ സന്ദർശിച്ച ഒരാൾ അവരുടെ ദയനീയാവസ്ഥ കണ്ട് ഇങ്ങനെ പറഞ്ഞു:

"ഇത്രയേറെ ആത്മീയൗന്നത്യത്തിലെത്തിയ അങ്ങ് കഴിയുന്നത് ഇത്ര ദരിദ്രമായ സാഹചര്യത്തിലാണെന്ന് എനിക്കറിയില്ലായിരുന്നു. സാമ്പ ത്തികമായി ഞാൻ നല്ലനിലയിലാണ്. നാളെത്തന്നെ ഞാൻ അങ്ങേക്ക് ജീവിക്കാനായി കുറച്ചുകൂടി മെച്ചപ്പെട്ട സൗകര്യങ്ങളൊരുക്കാൻ ഏർപ്പാ ടാക്കാം."

ഇതുകേട്ട് ക്രുദ്ധയായ റാബിയ അദ്ദേഹത്തോട് ചോദിച്ചു:

"ഞാനൊരു ദരിദ്രയാണെന്നും ഈ ദാരിദ്ര്യത്തിൽ ഞാൻ ഏറെ കഷ്ടപ്പെടുന്നുവെന്നും നിങ്ങൾ കരുതുന്നു അല്ലേ? നിങ്ങൾ കരുതു ന്നുണ്ടോ എന്റെ പ്രാണേശ്വരനായ ദൈവത്തിന് എന്റെ കാര്യങ്ങളിൽ തീരെ ശ്രദ്ധയില്ല എന്ന്?"

"ക്ഷമിക്കണം അവിടുത്തെ കഷ്ടപ്പാടുകണ്ട് പറഞ്ഞുപോയതാണ്. കൈയിൽ പണമില്ലാത്തതിനാലാണല്ലോ ഈ ബുദ്ധിമുട്ട് അനുഭവിക്കു ന്നത് എന്ന് വിചാരിച്ചു."

"പണക്കാരോട് ദൈവത്തിന് പ്രത്യേക സ്നേഹമുണ്ട് എന്നു നിങ്ങൾ കരുതുന്നുവോ?" റാബിയ ചോദിച്ചു.

"ഇല്ല" അദ്ദേഹം പറഞ്ഞു.

"ദരിദ്രരോട് അദ്ദേഹത്തിന് പ്രിയമില്ല എന്നു കരുതുന്നുണ്ടോ?"

"അതുമില്ല." വിനീതനായി അദ്ദേഹം മറുപടി നല്കി.

"നിങ്ങളെ പണക്കാരനാക്കിയ അതേ ദൈവം തന്നെയല്ലേ ഞാൻ ഈ അവസ്ഥയിൽ ജീവിച്ചാൽ മതി എന്ന് തീരുമാനിച്ചതും? അദ്ദേഹത്തിന്റെ ഹിതത്തിന് വിപരീതമായി ആരെങ്കിലും ചെയ്യാൻ ശ്രമിക്കുന്നതാണ് എനിക്ക് ദുരിതം. അതിനാൽ എന്റെ അവസ്ഥയിൽ വേവലാതിപ്പെടാതിരിക്കൂ. അവന്റെ ഇഷ്ടമാണ് എന്റെ ഇഷ്ടം." അവർ ശാന്തയായി പറഞ്ഞു.

ഇരുപത്

റാബിയ ഒരിക്കൽ ഹജ്ജിനായി പുറപ്പെട്ടു. ഒരു തീർത്ഥാടക സംഘത്തോടൊപ്പം അവർ മക്കയിലേക്കു പുറപ്പെട്ടു. താന്റെ ഭാണ്ഡം പേറുന്നതിനായി ഒരു കഴുതയും ഒപ്പമുണ്ടായിരുന്നു. മരുഭൂമിയിലൂടെയുള്ള യാത്രാമദ്ധ്യേ കഴുത പിടഞ്ഞുവീണു. നിമിഷങ്ങൾക്കകം കഴുത ജീവൻവെടിഞ്ഞു. കഴുതപ്പുറത്തുനിന്ന് ഭാണ്ഡം സ്വന്തം ചുമലിലേറ്റാൻ തുടങ്ങിയ അവരെ സഹയാത്രികർ സഹായിക്കാൻ തയ്യാറായി. എന്നാൽ തന്റെ ഭാണ്ഡം വഹിക്കാൻ തുടങ്ങിയ അവരെ തടഞ്ഞുകൊണ്ട് റാബിയ ഇങ്ങനെ പറഞ്ഞു:

"വേണ്ട, എന്റെ ഭാണ്ഡം ഞാൻ തന്നെ വഹിക്കണമെന്നാണ് അവന്റെ നിശ്ചയം. അവനെന്താണോ നിനയ്ക്കുന്നത് അതേ നടക്കൂ. അവനല്ലാതെ മറ്റാർക്കും എന്നെ സഹായിക്കാനുമാവില്ല. നിങ്ങൾ നടന്നോളൂ. ഞാൻ പിന്നാലെ വന്നുകൊള്ളാം."

അവർ നടന്നുനീങ്ങിയപ്പോൾ റാബിയ ഇങ്ങനെ പ്രാർത്ഥിച്ചു: "നാഥാ, അങ്ങെന്താണ് എന്നിൽനിന്ന് പ്രതീക്ഷിക്കുന്നത്? അങ്ങയുടെ ഗൃഹമായ കഅബയിലേക്കല്ലേ ഞാൻ വരുന്നത്? ഈ പ്രേമിയുടെ ആഗമനം അങ്ങേക്ക് ഇഷ്ടപ്പെടുന്നില്ല എന്നാണോ? അതോ ഇനിയും ഈ അബലയെ പരീക്ഷിക്കുകയാണോ?"

റാബിയ പ്രാർത്ഥന നിർത്തി കണ്ണ് തുറന്നപ്പോൾ കണ്ടത് ഉറക്കത്തിൽ നിന്നെന്നപോലെ തലകുടഞ്ഞെഴുന്നേറ്റു നില്ക്കുന്ന കഴുതയെയാണ്.

ഇരുപത്തിയൊന്ന്

ഒരു രാത്രിയിൽ ഉറക്കത്തിൽ റാബിയ ഒരു സ്വപ്നം കണ്ടു.

സ്വപ്നത്തിൽ ഇതുവരെ കണ്ടിട്ടും കേട്ടിട്ടുമില്ലാത്തത്ര മനോഹര മായ ഒരു ഉദ്യാനത്തിലായിരുന്നു അവർ. അവിടെ ഒരു ചെറിയ പെൺകുട്ടി നില്ക്കുന്നുണ്ടായിരുന്നു. അവളോട് ഇത്ര മനോഹരമായ ഈ സ്ഥലം ഏതാണ് എന്ന് റാബിയ ചോദിച്ചു.

"താങ്കൾക്ക് ഇതിലും മനോഹരമായ സ്ഥലം കാണണോ?" അവൾ ചോദിച്ചു. കാണണമെന്ന് റാബിയ പറഞ്ഞപ്പോൾ ആ കുട്ടി അവരുടെ കൈ പിടിച്ച് നടന്നു. നടന്നു നടന്ന് അവർ അതിമനോഹരമായ ഒരു കൊട്ടാരത്തിലെത്തി. മനുഷ്യനേത്രങ്ങൾക്ക് ദൃശ്യമല്ലാതിരുന്ന അവി ടെയെത്തിയപ്പോൾ പെൺകുട്ടി വാതിലിൽ മുട്ടി. ആരോ വാതിൽതുറ ന്നു. അകത്തെ അപാരമായ പ്രകാശത്തിന്റെ ദിവ്യപ്രഭയിൽ അവർ മുങ്ങി. തളികകളിൽ കത്തിച്ചുവച്ച ദീപങ്ങളേന്തിയ അനേകം കന്യകമാർ എവി ടേക്കോ പോകുന്നതുകണ്ട പെൺകുട്ടി, അവർ എവിടേക്കാണ് പോകു ന്നത് എന്നന്വേഷിച്ചു.

"കടലിൽ മുങ്ങിമരിച്ച ഒരാളെ തിരയുകയാണ് ഞങ്ങൾ. അവളൊരു രക്തസാക്ഷിയാണ്. ഒരു രാത്രി പോലും അവൾ ഉറങ്ങിയിരുന്നില്ല, ഒരു പോള കണ്ണടച്ചിരുന്നുപോലുമില്ല. ഞങ്ങൾ അവളുടെ മൃതശരീരത്തിൽ സുഗന്ധലേപനം നടത്താനായി പോവുകയാണ്." അവർ മറുപടി പറ ഞ്ഞു.

"എങ്കിൽ എന്റെ ഈ സുഹൃത്തിനും ആ സുഗന്ധം അല്പം പുരട്ടി ക്കൊടുക്കുമോ?" പെൺകുട്ടി അവരോട് ചോദിച്ചു.

"ഒരിക്കൽ ഈ സുഗന്ധം അവളുടെ ശരീരത്തിൽ പുരട്ടാൻ തുനി ഞ്ഞതാണ്. അന്നവൾ ഒഴിഞ്ഞുമാറി."

അവർ അങ്ങനെ പറഞ്ഞതും പെൺകുട്ടി റാബിയയുടെ കൈയിലെ പിടിവിട്ടു. റാബിയയുടെ നേർക്ക് തിരിഞ്ഞ് ആ പെൺകുട്ടി പറഞ്ഞു:

"നിന്റെ പ്രാർത്ഥനയാണ് നിന്റെ പ്രകാശം, ഭക്തി നിന്റെ കരുത്തും. ഉറക്കം ഇവ രണ്ടിന്റേയും ശത്രുവാണ്. നിനക്കുകിട്ടിയ ഏറ്റവും വലിയ വരദാനമാണ് നിന്റെ ഈ ജീവിതം. അതു നീ അവഗണിച്ചാൽ നീ വെറുമൊരു മൺതരിപോലെ അപ്രസക്തയാവും."

ഇതു പറഞ്ഞു നിർത്തിയതും ആ പെൺകുട്ടി അപ്രത്യക്ഷയായി.

ഇരുപത്തി രണ്ട്

റാബിയ തന്റെ കുപ്പായത്തിന്റെ തുന്നലുകൾ പൊട്ടിക്കുകയായിരുന്നു.

"നിങ്ങളുടെ കുപ്പായം ആകെ കീറിയതാണല്ലോ, പിന്നെന്തിനാണ് നിങ്ങൾ ആ തയ്യലുകൾ കൂടി പൊട്ടിക്കുന്നത്?" കണ്ടുവന്ന ഒരാൾ ചോദിച്ചു.

"സുൽത്താന്റെ വിളക്കിന്റെ പ്രഭയിലാണ് ഞാനെന്റെ ഈ കുപ്പായം ഇഴയിട്ടത്. ഈ തുന്നലുകൾ ഇഴപിരിക്കുന്നതുവരെ എന്റെ ഹൃദയം ഒരു മുഷ്ടിപോലെ ചുരുങ്ങിപ്പോയി." അവർ മറുപടി പറഞ്ഞു.

ഇരുപത്തി മൂന്ന്

ഒരിക്കൽ റാബിയ തന്റെ രണ്ടു കൈകളിലും ഓരോ വെള്ളിനാണയങ്ങളുമായി ഇരിക്കുന്നതു കണ്ട ഒരാൾ എന്താണ് ഇങ്ങനെയിരിക്കുന്നത് എന്നന്വേഷിച്ചു.

അവരുടെ മറുപടി ഇതായിരുന്നു:

"അപ്പം വാങ്ങാനായി ഞാനല്പം നൂൽ നൂറ്റു. അത് വിറ്റപ്പോൾ രണ്ട് വെള്ളിനാണയങ്ങൾ കിട്ടി. അവ ഒന്നിച്ചുവച്ചാൽ ആ സമ്പത്തിന്റെ ആധിക്യം എന്നെ പിന്നോട്ടടിച്ചാലോ എന്ന ഭയത്താലാണ് ഞാനിവ ഓരോ കൈയിലുമായി വച്ചിരിക്കുന്നത്."

ഇരുപത്തിനാല്

ഒരിക്കൽ വിശന്നു വലഞ്ഞ രണ്ട് സത്യാന്വേഷികൾ റാബിയയുടെ കുടിലിലെത്തി. അവരുടെ അടുത്തുള്ള ഭക്ഷണം ഏറ്റവും വിശുദ്ധമായതായിരിക്കും, അതിൽനിന്ന് കുറച്ചു ഭക്ഷിക്കാൻ സാധിച്ചാൽ സന്തോഷം എന്നുകരുതിയാണ് അവർ എത്തിയത്.

അവർ ഭക്ഷണത്തിനായി ഇരുന്നു. കുടിലിൽ ആകെ ഉണ്ടായിരുന്ന രണ്ടപ്പം റാബിയ അവർക്ക് വിളമ്പാനായി കൊണ്ടുവരുമ്പോൾ അവശനായ ഒരു ഭിക്ഷക്കാരൻ കുടിലിനു മുന്നിൽ എത്തി. റാബിയ അപ്പം രണ്ടും അയാൾക്ക് നല്കുകയും ചെയ്തു. ഇതു കണ്ട സത്യാന്വേഷികൾ അത്ഭുതപ്പെട്ടു.

റാബിയ ഒന്നും സംഭവിക്കാത്തതുപോലെ അവരുമായി ആത്മീയ ചർച്ചകളിൽ മുഴുകി. അല്പം കഴിഞ്ഞ് ഒരു അടിമ പെൺകുട്ടി ഒരു കുട്ടയുമായി അവിടെ എത്തി, തന്റെ യജമാനത്തി അതവിടെ നല്കാൻ തന്നുവിട്ടതാണ് എന്നറിയിച്ചു. കുട്ട തുറന്നു നോക്കിയ റാബിയ രണ്ടപ്പം കുറവുണ്ടല്ലോ എന്ന് ചോദിച്ചു. അത്ഭുതപ്പെട്ടുപോയ പെൺകുട്ടി ആദ്യം നിരസിച്ചെങ്കിലും ഒടുവിൽ വിശപ്പുണ്ടായിരുന്നതിനാൽ രണ്ടപ്പം താൻ എടുത്തതാണ് എന്ന് സമ്മതിച്ചു.

"ഒരടിമയുടെ ദുരിതം എനിക്കു നന്നായറിയാം. പക്ഷേ, മറ്റൊരാളുടെ മുതൽ അവരുടെ അനുവാദമില്ലാതെ ഒരിക്കലും സ്വന്തമാക്കരുത്. അത് മോഷണമാവും. എന്നോട് ചോദിച്ചിരുന്നെങ്കിൽ ഞാൻ നിനക്ക് സന്തോഷത്തോടെ തരുമായിരുന്നല്ലോ.ഇനി ഇത് ആവർത്തിക്കരുത്." റാബിയ ആ കുട്ടിയെ ഉപദേശിച്ച് പറഞ്ഞുവിടുകയും അതിഥികൾക്ക് വയറുനിറച്ച് ഭക്ഷണം നല്കുകയും ചെയ്തു.

"നടന്ന കാര്യങ്ങളെല്ലാം വളരെ അത്ഭുതകരങ്ങളായിരുന്നു. വിശ

ന്നുവന്ന ഞങ്ങൾക്ക് കൊണ്ടുവന്ന ആ അപ്പങ്ങൾ ഒന്നുപോലും ബാക്കി വയ്ക്കാതെ അങ്ങെന്താണ് ഭിക്ഷക്കാരന് നല്കിയത്? അങ്ങേക്ക് എങ്ങ നെയാണ് കൂടയിൽ പത്ത് അപ്പമുണ്ടെന്ന് മനസ്സിലായത്? എല്ലാം ഒന്ന് വിശദീകരിക്കാമോ?" അവർ ചോദിച്ചു.

"രണ്ട് അപ്പം കൊണ്ട് വിശന്നിരിക്കുന്ന നിങ്ങൾ രണ്ടുപേർക്ക് വിശ പ്പടങ്ങില്ലല്ലോ? ആ ഭിക്ഷക്കാരനാണെങ്കിൽ അത് ധാരാളമാവുകയും ചെയ്തു. ഞാനത് അയാൾക്ക് നല്കിയപ്പോൾ പത്തപ്പം കൊടുത്തുവിട ണമെന്നാണ് എന്റെ പ്രഭുവിനോട് ആവശ്യപ്പെട്ടത്. പത്തു ചോദിച്ചാൽ എട്ടു നല്കുന്നവനല്ല എന്റെ പ്രഭു എന്ന് എനിക്ക് നല്ല വിശ്വാസമുണ്ട്." റാബിയ വിശദീകരിച്ചു.

ആ വിശുദ്ധയുടെ അചഞ്ചലമായ വിശ്വാസത്തിനുമുന്നിൽ അവർ തലകുനിച്ചു.

കവിതകൾ

ഒന്ന്

കാവൽക്കാരിയാവാൻ
ഞാൻ പൂർണ്ണയോഗ്യ.
ഉള്ളിലുള്ളതൊന്നും പുറത്തുപോകാൻ
ഞാനനുവദിക്കില്ല
പുറത്തുള്ളതൊന്നും
അകത്തു കയറാനും.
ആരെങ്കിലും അകത്തേക്ക് വന്നാൽ
വന്നതുപോലെ പുറത്തിറങ്ങും
എന്തെന്നാൽ മറ്റാർക്കും എന്റെയുള്ളിൽ
ഒന്നും ചെയ്യാനില്ല.
ഞാനൊരു ചെളിക്കട്ടയല്ല,
ഹൃദയകവാടത്തിന്റെ കാവൽക്കാരി.

രണ്ട്

ഏകാന്തത എനിക്കേറെ പ്രിയം
എന്തെന്നാൽ, ഈ ഏകാന്തതയിൽ
എന്റെ പ്രിയൻ എന്നോടൊപ്പമുണ്ട്
അവന്റെ പ്രേമത്തിനു പകരം വയ്ക്കാൻ
എനിക്കുമറ്റൊന്നില്ല.

എന്റെ മരുഭൂമിയിൽ
പൊങ്ങിപ്പറക്കുന്ന മണൽതരികളെ
ആ സ്നേഹമാണ് അടിച്ചമർത്തുന്നത്.
ഞാനാഗ്രഹങ്ങളടങ്ങാതെ മരിക്കുകയും
അവൻ അസംതൃപ്തനായി തുടരുകയും ചെയ്താൽ
ആ ദുഃഖം ഒരിക്കലുമടങ്ങില്ല.

എല്ലാം പരിത്യജിക്കുന്നതിനായി
അവനെന്റെ കൈപിടിച്ചിരിക്കുന്നു.
അതുതന്നെയല്ലേ
അവന്റെ പ്രേമത്തിന്റെ തെളിവും!

മൂന്ന്

എപ്പോഴും
എനിക്കുസംസാരിക്കാൻപറ്റുന്ന
ഒരു സുഹൃത്തിനെന്നപോൽ
നിനക്കായി ഞാനെന്റെ ഹൃദയം
ഒരു ഭവനമാക്കി.
എന്റെ ശരീരം,
അതാശ്ലേഷിക്കാൻ
ആഗ്രഹമുള്ളവർക്കും നല്കി.
ഈ ശരീരം, ആശ്ലേഷിക്കാൻ
അതു ധാരാളം.
എന്നാൽ എന്റെ ഭവനത്തിൽ
വസിക്കുന്ന സുഹൃത്ത്,
അവനെന്റെ ഹൃദയത്തിന്റെ ഉടമ.

നാല്

എല്ലാ നരകയാതനകളും
ഒരു സൂചിയിൽ കോർക്കുകയും
അത്തരം അനേകം സൂചികൾ
എന്റെ വലതുകണ്ണിൽ
നിരയായി തറയ്ക്കുകയും ചെയ്താലും
എന്റെ ഇടതു കണ്ണ്
ഒരുവട്ടമെങ്കിലും ചിമ്മുകയും
പ്രാർത്ഥനയിൽ വിഘ്നമുണ്ടാക്കുകയും
ചെയ്താൽ
ഞാനാക്കണ്ണ് നിഷ്കരുണം
പിഴുതെറിയും.

അഞ്ച്

നീ എവിടെനിന്നു വരുന്നു?
ആ ലോകത്തുനിന്ന്.
നീ എവിടേക്കു പോകുന്നു?
അവിടേക്ക്.
നീ ഇവിടെ എന്തു ചെയ്യുന്നു?
ഞാനിവിടെ ദുഃഖിക്കുന്നു.
എന്തുകൊണ്ട്?
ഞാനിവിടെ അന്നംകഴിക്കുകയും
ആ ലോകത്തിനുവേണ്ടി
പ്രവർത്തിക്കുകയും ചെയ്യുന്നു.

ആറ്

നിന്നെ പ്രണയിക്കാൻ
എനിക്കു രണ്ടു രീതികൾ
സ്വാർത്ഥമായ പ്രണയത്തിൽ
എന്റെ ആനന്ദത്തിനായി
ഞാൻ നിന്നെക്കുറിച്ചു മാത്രം ചിന്തിക്കുന്നു.
രണ്ടാമത്തേതിൽ
എന്റെ തീവ്രപ്രണയത്താൽ
നീ സ്വന്തം മൂടുപടമുയർത്തി
എന്റെ കണ്ണുകൾക്ക് വിരുന്നേകുന്നു.
രീതിയേതായാലും
എനിക്കതിൽ പ്രത്യേകമായി
ഒന്നും അവകാശപ്പെടാനില്ല
എല്ലാം നിന്റെ നിശ്ചയം.

ഏഴ്

മധു,ചഷകം,സുഹൃത്ത്
നാലാമതായി
പ്രണയത്താൽ ദാഹാർത്തയായ
ഈ ഞാനും.

ഓരോരുത്തർക്കും
അവസാനമില്ലാത്ത സന്തോഷത്തിന്റെ
ചഷകം ലഭിക്കുന്നു.
എന്നാൽ ഞാൻ തേടുന്നത്
അവനെ മാത്രം.
ഞാനെത്തിച്ചേർന്നാലോ,
പിന്നെയവൻ തന്നെ
എന്റെ കണ്ണുകൾ!

ഞാനവന്റെ സൗന്ദര്യത്തിൽ ആകൃഷ്ടയായാൽ
എന്നെ പഴിക്കാതിരിക്കുക,
എന്തെന്നാൽ,
ദൈവത്താണേ, എന്റെ കാതുകൾ
പരദൂഷണം കേൾക്കാനശക്തം.

എട്ട്

ആസക്തിയും കയ്പും
ആഴികളാക്കി എന്റെ മിഴികളെ.
തോരുന്നില്ലെന്റെ കണ്ണീർ
രാവും പകലുമൊരുപോലെയായ്.

അനുവാദമില്ലെനിക്ക്
അവനോടൊപ്പം വസിക്കുവാൻ
ഉറങ്ങാനും വിടുന്നില്ല
എരിയുന്ന കണ്ണുകൾ.

ഒൻപത്

'**വ**സന്തമണഞ്ഞൂ റാബിയാ
എത്രസുന്ദരമാണിവിടം!
വെളിയിൽ വരാത്തതെന്തേ നീ?'
റാബിയ:
'പകരം നീ വരൂ ഉള്ളിൽ
മൂടുപടമില്ലാതെ
കൺനിറയെ കാണൂ
ആ സൗന്ദര്യസ്രഷ്ടാവിനെ.'

പത്ത്

എന്നെ നീ
നിന്റെ പ്രണയമനുഭവിക്കാനായി
ഉഴിഞ്ഞുവച്ചില്ലായിരുന്നെങ്കിൽ
ഞാനീ അനുരാഗികളെയൊന്നും
നിന്റെയടുത്തെത്തിക്കില്ലായിരുന്നു
(ദൈവമേ, ഓർമ്മയിരിക്കട്ടെ!)

പതിനൊന്ന്

നിന്നെയല്ലാതെ
മറ്റൊന്നും ഞാൻ
തേടുന്നില്ല.
നിന്നെയല്ലാതെ
മറ്റൊന്നും ഞാൻ
നേടുന്നുമില്ല.
നിന്നെയല്ലാതെ
മറ്റൊന്നും നഷ്ടപ്പെടാനുമെനിക്കില്ല,
നിന്നെക്കുറിച്ചല്ലാതെ
മറ്റൊരു ജ്ഞാനവുമില്ലെനിക്ക്.

പന്ത്രണ്ട്

വിവാഹം
മറ്റൊരു സത്തയുമായുള്ള
സംഗമം.
എന്നാൽ അങ്ങനെയൊന്ന്
എവിടെ കണ്ടെത്താനാവും!
ഞാൻ എന്റേതുപോലുമല്ലെന്നിരിക്കെ
എങ്ങനെയാണ് മറ്റൊരാളുടേതാവുക?
ഞാനെന്നും
അവന്റേതുമാത്രം.

പതിമൂന്ന്

ദൈവം:
'നീയെന്നെ പേരുചൊല്ലി വിളിച്ചു
എന്താണ് നീ
എന്നിൽനിന്നും ആഗ്രഹിക്കുന്നത്?
എന്നെത്തന്നെ എങ്കിൽ
ഞാനൊരഗ്നിസ്ഫുലിംഗമായ്
നിന്നെ എന്നിലേക്കാഗിരണം ചെയ്യട്ടെ?'
റാബിയ:
"പ്രഭോ,
അത്രമാത്രം അങ്ങയുടെ ചാരത്തണയാൻ
ഞാനിന്നശക്ത.
പകരമായി എനിക്കൊരു
ദാരിദ്ര്യത്തിന്റെ കണിക തരൂ."
ദൈവം:
"മനുഷ്യവഴിത്താരയിൽ
എന്റെ കോപനിരാസത്തിന്റെ
സ്നേഹോപഹാരമത്രേ ദാരിദ്ര്യം.
എനിക്കുമവർക്കുമിടയിൽ
മുടിനാരിഴ അകലമല്ലാതെ
മറ്റൊന്നുമവശേഷിക്കാതിരിക്കെ
ഒന്നാകലിന്റെ പ്രതീക്ഷ
വേർപിരിയലെന്ന സത്യത്തിനു
വഴിമാറുന്നു.

നീ ഇപ്പോഴും എന്നിൽനിന്നും
എഴുപതുമറകൾക്കപ്പുറം
ഒളിഞ്ഞിരിക്കുന്നു.
അവയെല്ലാം പിഴുതെറിയൂ.
അതുവരെ നിനക്കെങ്ങനെയാണ്
ദാരിദ്ര്യത്തെപ്പറ്റി
പറയാനോ അറിയാനോ കഴിയുക?'

പതിനാല്

ദൈവമേ,
എന്റെ പ്രാർത്ഥനയിൽനിന്നും
ചെകുത്താനെക്കുറിച്ചുള്ള വാക്കുകൾ
എടുത്തുമാറ്റൂ.
അതിനാവില്ലെങ്കിൽ
എന്റെ പ്രാർത്ഥന അപ്പാടെ
എടുത്തുമാറ്റൂ.

പതിനഞ്ച്

നിഷ്കളങ്കരായ കുഞ്ഞുങ്ങളേ,
നിങ്ങളുടെ കാഴ്ചയിലൂടെ
സത്യം വെളിവാവുകയില്ല.
വാക്കുകളിലൂടെയും
അവനെ കണ്ടെത്താനാകില്ല.
കേൾവിയാകട്ടെ
ആകാംക്ഷയുടെ പാതയിലെത്തിക്കുന്നു.
കൈകാലുകളെ പിന്തുടർന്നാലോ
ചിന്താക്കുഴപ്പത്തിലും.
ഹൃദയത്തെ പിന്തുടരൂ
എന്തെന്നാൽ,
ഹൃദയം പ്രബുദ്ധമെങ്കിൽ
മറ്റൊരു സുഹൃത്തെന്തിന്!

പതിനാറ്

മെഴുതിരിപോൽ
സ്വയമുരുകി
വെളിച്ചമേകൂ
സൂചിപോലിഴചേർത്തു
ബന്ധിപ്പിക്കൂ
ഒടുവിൽ
മുടിനാരിഴപോലനശ്വരയാകൂ
നിന്റെ ജന്മം
സാർത്ഥകമാക്കൂ.

പതിനേഴ്

അവനെ ശപിക്കുന്നവരെപ്പോലും
അവൻ ദരിദ്രനാക്കുന്നില്ല.
പിന്നെങ്ങനെ
അവനോടുള്ള പ്രണയത്താൽ
ഹൃദയമുരുകുന്നവളെ
നിരാകരിക്കും!

പതിനെട്ട്

അവനെ അറിഞ്ഞതു മുതൽ
ഞാനെല്ലാ ആഗ്രഹങ്ങൾക്കും
പുറം തിരിഞ്ഞു.

പത്തൊൻപത്

ദൈവമേ,
നിന്നോടുള്ള പ്രണയത്താൽ
ചെകുത്താനെ വെറുക്കാൻപോലും
എനിക്കു സമയമില്ല.

ഇരുപത്

നിന്നെക്കുറിച്ചുള്ള പ്രതീക്ഷകളാണ്
എന്റെ ജീവിതത്തിലെ
അമൂല്യ നിധി.
ഏറ്റവും മധുരമുള്ള വാക്ക്
നിന്റെ നാമവും.
നിന്നെ സ്മരിക്കാതെങ്ങനെ
ഞാനീ ലോകത്തു കഴിയും?
നിന്നെ ദർശിക്കാതെ ഞാൻ
പരലോകത്തെങ്ങനെ കഴിയും?
നിന്റെ ലോകത്ത് ഞാനൊരന്യ,
നിന്റെ ഭക്തർക്കിടയിൽ
ഞാനേകയും!
അതാണെന്റെ ആവലാതികളുടെ
ആധാരം.

ഇരുപത്തിയൊന്ന്

എന്റെ ശ്വാസവും പ്രതീക്ഷയും
നീ മാത്രം.
നീ തന്നെ എന്റെ കൂട്ടുകാരനും
ആഗ്രഹവും.
നീ മാത്രമാണെന്റെ അമൂല്യ ധനം
നീ തന്നെ എന്റെ ജീവിതവും.

ഇരുപത്തിരണ്ട്

ദൈവമേ,
മറ്റൊരു രാത്രികൂടി കഴിയുന്നു.
ഇനിയുമൊരു പകൽ
ഉദിക്കുന്നു.
ഈ രാത്രി എന്റെ ധ്യാനത്താൽ
നീ സംതൃപ്തനെങ്കിൽ
ഞാൻ ധന്യയായി.
ഈ രാത്രി
ഞാൻ വ്യർത്ഥമാക്കിയെന്നു
നീ ചൊല്ലിയാലോ,
ഞാൻ ഖിന്നയും.

ഇരുപത്തി മൂന്ന്

ഞാനാണയിടുന്നു;
നീയെന്നെ ജീവിതത്തിലേക്ക്
മടക്കിക്കൊണ്ടുവന്ന നാൾ മുതൽ,
നീയെന്റെ
പ്രാണപ്രിയനായ നാൾ മുതൽ,
ഞാനുറങ്ങിയിട്ടേയില്ല.
നിന്റെ പടിവാതിലിൽനിന്നും
ആട്ടിയിറക്കിയാലും
നാമിനി തമ്മിൽ പിരിയില്ല
എന്തെന്നാൽ,
നീയെന്റെ ഹൃദയത്തിലാണ്
വസിക്കുന്നത്.

ഇരുപത്തിനാല്

ഞാനാഗ്രഹിക്കുന്നത്
ആലയമല്ല,
അതിന്റെ അധിപനെയാണ്.
ഇത്രമേൽ പേരുകേട്ട കഅബ
സ്വന്തമായി കിട്ടിയാലും
എനിക്കെന്തുകാര്യം?
അവനതിനകത്തോ പുറത്തോ അല്ല,
അവനതിന്റെ ആവശ്യമേയില്ല.

ഇരുപത്തിയഞ്ച്

പ്രാർത്ഥനയ്ക്കായുള്ള വിളി
എന്നെ
കണക്കെടുപ്പു നാളിലെ
കാഹളത്തെ ഓർമ്മിപ്പിക്കുന്നു.
മഞ്ഞു പെയ്യുന്നതു കാണുമ്പോൾ
എന്റെ പ്രവൃത്തികൾ അടയാളപ്പെടുത്തിയ
വെളുത്ത താളുകൾ
കാറ്റിലിളകുന്നതായും.

ഇരുപത്തിയാറ്

എന്റെ സന്തോഷം
എന്റെ വിശപ്പ്
എന്റെ അഭയം
എന്റെ സുഹൃത്ത്
എന്റെ പാഥേയം
എന്റെ ലക്ഷ്യം
എല്ലാം നീ മാത്രം.

ഇരുപത്തിയേഴ്

വേർപിരിയലിനെപ്പറ്റിയുള്ള ചിന്തപോലും
എന്നിൽ ഭീതിയുണ്ടാക്കുന്നു
അതിനാൽ ഞാനെന്റെ കുടിലിൽ
പിച്ചാത്തി സൂക്ഷിക്കാറില്ല.

ഇരുപത്തിയെട്ട്

പ്രണയമേ,
നിന്നെക്കൂടാതെ
എങ്ങനെയാണ്
ഞാനീ രാജ്യമാകെ
അലഞ്ഞു നടക്കുക!

ഇരുപത്തിയൊൻപത്

നീ എനിക്കായി
ഏറെ കാരുണ്യം ചൊരിഞ്ഞു,
അനുഗ്രഹം വർഷിച്ചു,
സമ്മാനങ്ങൾ നല്കി.
ഞാനോ,
നിന്റെ സ്നേഹത്തിനായി അലഞ്ഞു.
ഒടുവിൽ
നീ എന്നെ പ്രണയത്താൽ നിറച്ചു.
എന്റെ ഹൃദയത്തിന്റെ അവകാശീ,
എന്നിൽ തീവ്രാഭിലാഷത്തിന്റെ
കിരണങ്ങൾ നിറച്ചവനേ,
നിന്നിൽനിന്നിനി
എനിക്കൊരു വേർപാടില്ല.
പ്രിയനേ,
എന്നിൽ തൃപ്തനാകൂ,
ഞാനങ്ങയിൽ പൂർണ്ണ തൃപ്തത.

മുപ്പത്

നിന്നിൽനിന്നും എന്നെ അകറ്റുന്ന
എല്ലാത്തിൽ നിന്നും,
നിന്നിലേക്കുള്ള എന്റെ പ്രയാണത്തെ
തടുക്കുന്ന
എല്ലാറ്റിൽനിന്നും
എനിക്കൊളിക്കാനൊരിടം
നിന്നിൽ തരൂ.

മുപ്പത്തിയൊന്ന്

മരണദേവത:
“ഞാൻ സന്തോഷങ്ങളുടെ
കൊലയാളി
സുമംഗലികളെ വിധവകളാക്കുന്നവൻ
കുഞ്ഞുങ്ങളെ
അനാഥരാക്കുന്നവൻ.”
റാബിയ:
“എന്തിനീ ആത്മനിന്ദ?
ഞാനാണ്
പ്രിയനേയും പ്രേമിയേയും
ഒന്നിപ്പിക്കുന്നവൻ
എന്നു ചൊല്ലാത്തതെന്തേ!”

മുപ്പത്തിരണ്ട്

ദൈവമേ,
അന്ത്യവിധി നാളിൽ
നീ എന്നെ നരകത്തിലേക്കയച്ചാൽ
ഞാനാ പരമരഹസ്യമോതും.
അതുകേൾക്കെ
നരകം ഭയത്താൽ എന്നിൽനിന്നും
ആയിരം വർഷം അകന്നുനില്ക്കും.

മുപ്പത്തിമൂന്ന്

ലോകത്തിലെ എല്ലാ നന്മകളും
എന്റെ ശത്രുക്കൾക്ക് നല്കൂ.
എല്ലാ നിധികളും
എന്റെ സുഹൃത്തുക്കൾക്കും.
എനിക്കു വേണ്ടത് നിന്നെ,
നിന്നെ മാത്രം.

മുപ്പത്തിനാല്

ദൈവമേ,
നിന്നെ ഞാൻ
നരകഭയത്താൽ
ആരാധിക്കുന്നു എങ്കിൽ
എന്നെ നീ നരകത്തീയിലെറിയൂ
സ്വർഗ്ഗ മോഹത്താൽ
ആരാധിക്കുന്നു എങ്കിൽ
സ്വർഗ്ഗവാതിൽ എന്റെ മുന്നിൽ
നീ കൊട്ടിയടയ്ക്കൂ.
നിന്നോടുള്ള പ്രണയത്താൽ
നിന്നെ ഞാൻ ആരാധിക്കുന്നു എങ്കിൽ
ആ അലൗകിക സൗന്ദര്യം
എനിക്കു നീ നിഷേധിക്കരുതേ. . .

മുപ്പത്തിയഞ്ച്

പ്രണയികളുടെ ഹൃദയങ്ങളുടെ
ഇടയിൽ മറ്റൊന്നിനും സ്ഥാനമില്ല,
പ്രണയത്തിനല്ലാതെ.

മുപ്പത്തിയാറ്

ആഗ്രഹങ്ങളാൽ
വാക്കുകളുണ്ടാകുന്നു.
ഗുണമറിയാതെങ്ങനെ
വർണ്ണിക്കാനാവും!
രുചിച്ചുനോക്കാതെ
രുചിയെപ്പറ്റി പറയുന്നവന്റെ
വാക്കുകൾ അപ്രസക്തം.

മുപ്പത്തിയേഴ്

യാതൊന്നിന്റെ സാന്നിദ്ധ്യത്തിൽ
നിന്റെ അസ്തിത്വം ഇല്ലാതെയാകുന്നുവോ,
യാതൊന്നാണോ
നിന്റെ നിലനില്പിനാധാരമായത്,
നിന്റെ യാത്രയിൽ
മാർഗ്ഗദർശിയാകുന്നത്
ആ ഒന്നിനെ നിനക്കെങ്ങനെ
വർണ്ണിക്കാനാകും?

മുപ്പത്തിയെട്ട്

ദൈവദൂഷണം
വേർപാട് പോലെ ദു:ഖദായകം.
വിശ്വാസമോ,
ഒരാലിംഗനംപോലെ സുഖദായകവും.
നാളെ, അന്ത്യവിധിയുടെ നാളിൽ
ഈ ദു:ഖവും സുഖവും
പരിഗണിക്കപ്പെടുന്നു.
അവനിൽ ചേരാനാവാതെ വേർപിരിയുന്നവർ
ഇങ്ങനെ കേഴുന്നു:
"അവനിൽനിന്നുള്ള വേർപാടിനാൽ
ഒരു നിമിഷത്തെ വേദന ഒരായിരം ദിവസങ്ങളാക്കുന്നു.
അവനെ പിരിഞ്ഞുള്ള ഒരു രാത്രി
ഒരായിരം വർഷങ്ങളുടെ ദു:ഖമേകുന്നു."
അവനിലലിഞ്ഞവർ ഇങ്ങനെ പാടുന്നു:
"കണ്ടുമുട്ടിയ ആദ്യനിമിഷം തന്നെ
ഇടയിലുള്ള മറകളെല്ലാം ഇല്ലാതെയായി.
ഇപ്പോൾ ഒന്നാകലിന്റെ പെരുമ്പറ മുഴങ്ങുന്നു."

മുപ്പത്തിയൊൻപത്

എന്റെ ആത്മാവേ,
എത്രനാൾ നീയിങ്ങനെ
ഉറങ്ങിയുമുണർന്നും കഴിയും!
നിത്യനിദ്രയിലേക്കുള്ള നാളുകൾ
വിദൂരമല്ല.
കാഹളം മുഴങ്ങും വരേക്കും
നിനക്കു സുഖമായുറങ്ങാം.
ഇപ്പോൾ നീ ഉണർന്നിരിക്കൂ.

നാല്പത്

ഹൃദയേശ്വരന്റെ സാന്നിദ്ധ്യത്തിൽ
പീഡാനുഭവങ്ങൾ മറക്കാത്ത ആർക്കും
ആത്മാർത്ഥ പ്രണയം
അവകാശപ്പെടാനാവില്ല.

നാല്പത്തിയൊന്ന്

ഈ വേദനകളുടെയും
ഏകാന്തതയുടെയും
ഉറവിടം
എന്റെ ഹൃദയരാഗമാണ്.
പ്രിയനുമായുള്ള സംഗമമല്ലാതെ
ഈ വ്യാധിക്കൊരൗഷധമില്ല.

നാല്പത്തിരണ്ട്

എന്റെ ദുഃഖം
അവനെക്കുറിച്ചല്ല
അവനോടുള്ള പ്രേമാവേശത്താൽ
വെറുതെ വേദനിക്കുന്നവരെ കുറിച്ചാണ്.

നാല്പത്തിമൂന്ന്

എന്റെ വേദന
മറ്റുള്ളവരുടെ ദുഃഖത്തേക്കാൾ
കുറഞ്ഞുപോയാൽ
ഞാനെന്റെ പ്രേമത്തിൽ ലജ്ജിതയാകും.
അതിനാൽ
ഞാനീ തീവ്രവേദന
അനുഭവിക്കട്ടെ . . .

നാല്പത്തിനാല്

അവൻ ശക്തിനല്കും വരേക്കും
പശ്ചാത്തപിക്കാൻ
ആർക്കുമാവില്ല.

നാല്പത്തിയഞ്ച്

എന്റെ ഹൃദയേശ്വരാ,
കേൾക്കുന്ന എല്ലാ സ്വരങ്ങളും
നിന്റെ വാഴ്ത്തലുകൾ.
കൊഴിയുന്ന ഇലകളുടെ
മർമ്മരങ്ങളിലും
ഇറ്റുവീഴുന്ന ജലകണങ്ങളുടെ
മൃദുസ്വനത്തിലും
കിളികളുടെ കൂജനത്തിലും
കാറ്റിന്റെ ലോലനാദത്തിലും
നിഴലാട്ടങ്ങളിലും
ഇടിമുഴക്കത്തിലും
ഞാൻ കേൾക്കുന്നത് ഒന്നുമാത്രം
നിന്റെ പ്രകീർത്തനങ്ങൾ.

നാല്പത്തിയാറ്

പ്രാർത്ഥനകൾ
നിന്റെ വെളിച്ചം
ഭക്തി നിന്റെ ശക്തി
നിദ്ര ഇവ രണ്ടിന്റെയും
ശത്രുവും.
ഈ ജന്മം നിന്റെ വരദാനം.
ഇതു പാഴാക്കിയാൽ
നീ വെറും ധൂളിയായ് മാറും.

നാല്പത്തിയേഴ്

നാഥാ,
താരങ്ങൾ തിളങ്ങുന്ന ഈ രാവിൽ
എല്ലാ മനുഷ്യരും നിദ്രയിലാണ്.
രാജാക്കന്മാർ അവരുടെ കോട്ടവാതിലുകൾ
അടച്ചുകഴിഞ്ഞു.
അനുരാഗികൾ അവരുടെ
പ്രേമഭാജനത്തോടൊപ്പം
രഹസ്യ നിമിഷങ്ങൾ പങ്കിടുന്നു.
ഞാനുമിവിടെ,
എല്ലാവരിൽനിന്നുമകന്ന്,
എന്റെ പ്രിയനോടൊപ്പം
ഈ ഏകാന്തത ആസ്വദിക്കട്ടെ.

നാല്പത്തിയെട്ട്

നിന്നിൽ അലിഞ്ഞു ചേരുകയാണ്
എന്റെ ജീവിത ലക്ഷ്യം
നിന്നിലെരിഞ്ഞടങ്ങിയാൽ
ഈ ജന്മം സഫലം.

9 789384 445492

Printed by Libri Plureos GmbH in Hamburg,
Germany